D1680723

தஞ்சாவூர்க் கவிராயர்
(1953)

கவிதை, கதை, கட்டுரை, மொழிபெயர்ப்பு ஆகிய படைப்புத் துறைகளில் கடந்த நாற்பது ஆண்டுகளாக இயங்கி வருகிறார். தஞ்சாவூர் கோபாலி என்ற பெயரிலும் எழுதுவதுண்டு. தஞ்சை பிரகாஷின் இலக்கிய வட்டத்தில் இடம் பெற்றவர். தமிழ்ப் பல்கலைக்கழக முதல் துணை வேந்தர் டாக்டர் வ.அய். சுப்பிரமணியத்தின் தனிச் செயலராகப் பணிபுரிந்திருக்கிறார். தணிக்கைத் துறையில் உதவி இயக்குநராகப் பணிபுரிந்து 2011இல் ஒய்வு பெற்று சென்னையில் வசிக்கிறார்.

வெளியீடுகள் : எழுத்துக்காரத் தெரு, வளையல் வம்சம் இரு கவிதை நூல்கள் (அனன்யா), ருத்ரப்ரயாகையின் ஆட்கொல்லிச் சிறுத்தை (மொழி பெயர்ப்பு - காலச்சுவடு வெளியீடு), தெருவென்று எதனைச் சொல்வீர்? (கட்டுரைகள்: காலச்சுவடு பதிப்பகம்) ஃப்ளாரன்ஸ் நைட்டிங்கேல் (மொழி பெயர்ப்பு) ஓரியன்ட் லாங்மன் வெளியீடு, கைராட்டைக் கோபம் (கதைகள்) எழுத்து - வெளியீடு. நகுலனின் ‘இல்லாமல் இருத்தல்’ ஆங்கிலத்திலிருந்து தமிழில் (அனன்யா வெளியீடு) வன்முறையின் வடிவங்கள் கட்டுரைத் தொகுப்பு (கவிதா பப்ளிகேஷன்ஸ்)

கைபேசி : 96772 10062

மின்னஞ்சல் : thanjavurkavirayar@gmail.com

தரைக்கு வந்த தாரகை

'சகலகலாவல்லி' பானுமதியுடன் ஒரு நெடிய உரையாடல்

தஞ்சாவூர்க் கவிராயர்

டிஸ்கவரி புக் பேலஸ்
கே.கே.நகர் மேற்கு, சென்னை - 600 078.
(பாண்டிச்சேரி கெஸ்ட் ஹவுஸ் அருகில்)
Ph: 044-4855 7525 Mobile: +91 87545 07070

தரைக்கு வந்த தாரகை
தஞ்சாவூர்க் கவிராயர்©

Tharaikku Vandha Tharagai
Thanjavur Kavirayar©

1st Edition: November - 2019
Pages : 192
ISBN : 978-93-89857-05-4

Book Design: Discovery Team

Discovery Book Palace (P) Ltd,
6, Mahaveer Complex, Munusamy Salai,
K.K.Nagar West,Chennai-600 078.
Ph: +91 - 44-4855 7525
Mobile: +91 87545 07070

E-mail: **discoverybookpalace@gmail.com,**
Website: **www.discoverybookpalace.com**

Rs. 220

நன்றி

பேராசிரியர் தங்க ஜெயராமன் / வைகறை வாணன் / பரமக்குடி பா.உஷாராணி / எழுத்தாளர் மானாபாஸ்கரன் / எஸ். இராஜகுமாரன் / தச்சன் இரா.நாகராஜன் / பொள்ளாச்சி மகேஷ் / ஓசூர் ரா.பாலசந்தர் / பத்ரிநாராயணன் / ஸ்ரீவில்லிபுத்தூர் கண்ணன் / தென்காசி ஜெயராமன் / நங்கநல்லூர் ஸ்ரீதர் / இளங்கோவன்.

மற்றும் மின்னஞ்சல் / தொலைபேசி வழி தொடர்பு கொண்டு பாராட்டி ஊக்குவித்த எண்ணற்ற வாசக நண்பர்களுக்கும் எழுத்துத் தோழமைகளுக்கும்.

எப்படித்தான் எழுதினேனோ?

பானுமதிராமகிருஷ்ணாவுடனான உரையாடல் தொகுப்பினை மறுபடி படித்தபோது தோன்றியது இதுதான். எப்படித்தான் எழுதினேனோ? ஏதோ சாதித்து விட்டதான உணர்வில் தோன்றிய வியப்பு இல்லை இது. 92ஆம் ஆண்டு வாக்கில் எழுதிய குறிப்புகளை வைத்துக்கொண்டு என்னால் அந்த உரையாடலை கட்டமைக்க முடிந்தது எப்படி என்று யோசிக்கிறேன். 2015ல் வந்த வெள்ளத்தில் ஊரப்பாக்கத்தில் உள்ள எங்கள் வீட்டுக்குள் நாலடி உயரத்துக்கு வெள்ள நீர் புகுந்தது. புத்தகங்களையும் கையெழுத்துப் பிரதிகளையும் சேற்றில் மூழ்கடித்தது. புதுமைப்பித்தன் தன் மனக்கிடங்கிலிருந்து கதைகளை எழுத எடுத்துக் கொள்வதாக சொல்லியிருப்பார்.

நான் நிஜமாகவே பெரிய பெரிய அட்டைப் பெட்டிக் கிடங்குகளில் பாதுகாத்து(?)வைத்திருந்த அரிய நூற்களும் நாற்பதாண்டுக்கால சேகரிப்பான புகைப்படங்களும், கடிதங்களும், கையெழுத்துப் பிரதிகளும் (தஞ்சைப்ரகாஷின் 100 கடிதங்கள் உள்பட) கூழாகியிருந்தன.

ஓராண்டுக்கு முன் தற்செயலாக அலமாரி மேலிருந்த ஒரு பயணப்பை கண்ணில் பட்டது. அதைத் திறந்தபோது பானுமதி அம்மையாரைச் சந்தித்து எடுத்த குறிப்புகளின் திருத்தப்படாத பிரதி பத்திரமாக இருந்தது. திருத்திய பிரதியை பானுமதி அம்மையாரிடமே கொடுத்துவிட்டேன். என்னிடமிருந்த குறிப்புகள் தாறுமாறாக இருந்தன. அவற்றை ஒழுங்குபடுத்தி வைக்கவே ஒரு மாதமாயிற்று. இதையெல்லாம் விடேன் தொடேன் என்று பொறுக்கி வைத்துக்கொண்டு என்ன செய்யப்போகிறேன் என்று யோசித்தேன்.

எந்த வேலையும் வீண் வேலையில்லை என்ற அப்பாவின் தாரகமந்திரம் நினைவுக்கு வந்தது. பேச்சுவாக்கில் இந்து தமிழ்திசை இணைப்பிதழ்களின் பொறுப்பாசிரியர் திரு. ஆதி வள்ளியப்பனிடம் இதைப்பற்றி குறிப்பிட்டபோது நிச்சயமாக அவற்றைத் தொகுத்து ஒரு தொடர் எழுத உங்களால் முடியும். எழுதுங்கள் என்றார். முனைந்தேன். முப்பந்தைந்து வாரங்கள் எதிர்பாராத வரவேற்பு. பழைய தலைமுறை வாசகர்கள் மட்டுமின்றி இன்றைய இளைஞர்களும் தொடரை வாசித்து வரவேற்றது ஊக்கமளித்தது. ஒவ்வொரு வாரமும் தொடரைப் படித்து உற்சாகமாக எழுதத்தூண்டிய இந்து டாக்கீஸ் பொறுப்பாசிரியரான ஆர்.சி.ஜெயந்தன் அவர்களுக்கு என் நன்றி உரியது. பாராட்டோடு நின்றுவிடாமல் பானுமதியின் பழைய திரைப்படங்களின் அசையாப்படங்களையும் (ஸ்டில்ஸ்) திரு.ஞானம் அவர்களிடமிருந்து பெற்று தொடருக்கு மெருகூட்டியதும் மிகச் சிறப்பு. பின்னோக்கிய காலப்பயணத்துக்கு இப்புகைப்படங்கள் பெரிதும் உதவின. ஆகா! எத்தனை அழகான படங்கள்! அபூர்வமான ஒளிப்படச் சித்திரங்கள்!

பானுமதி அம்மையாருடனான இந்த நெடிய உரையாடல் 92ன் பிற்பகுதியில் நிகழ்ந்தது. சினிமா தொடர்பான தனது வாழ்க்கைச் சம்பவங்களை மட்டுமன்றி பொதுவான உலகியல் போக்குகள், கலை எழுத்துபற்றிய அவருடைய அவதானிப்புகள் என்று அனைத்தும் இடம் பெறும் சுவையான சொல்லோவியமாக அமைந்துவிட்டது இத்தொகுப்பு.

பானுமதி அம்மையார் இத்தொகுப்பில் இடம் பெறும் செய்திகளை என்னிடம் மிகவும் கவனமாகவும் கலாபூர்வமாகவும் பகிர்ந்து கொள்வதில் அக்கறை காட்டினார். அவ்வப்போது அவர் கையில் வைத்திருந்த புத்தகம் மற்றும் குறிப்புகளின் துணைகொண்டு கால வரிசையை உறுதிப்படுத்திக் கொள்வார். நான் எழுதிய பிரதியை மிகவும் ரசித்தார்.

அதில் தனது குரல் வெளிப்படுவதாகக் கூறி சிலாகித்தார். அவரே ஒரு எழுத்தாளர், கதை வசன கர்த்தா என்பதால் எனது எழுத்தாக்கம் பற்றிய அவரது அபிப்பிராயம் கறாரானதும் உண்மையானதும் ஆகும் என்ற நம்பிக்கையை எனக்கு அளித்தது.

ஒருசில இடங்களில் நான் சொல்லாதவற்றைக் கூட எழுதியிருக்கிறீர்கள். ஆனால் அவையெல்லாம் நான் சொல்ல விரும்பியவை. அப்படிப்பட்ட உரையாடல் வெற்றிடங்களை நிரப்புவது உங்களைப் போன்ற எழுத்தாளர்களால் மட்டுமே சாத்தியம் என்பார் பானுமதி சிரித்தபடி.

அவரைக் கொண்டாடும் ஆயிரக்கணக்கான ரசிகர்களில் நானும் ஒருவன். அதனால்தான் அவர் வாயால் சொன்ன வார்த்தைகளைத் தாண்டி மனத்தில் அசைந்த வார்த்தைகளையும் என்னால் படிக்க முடிந்தது.

இந்து தமிழ்திசை நாளேட்டில் "தரைக்கு வந்த தாரகை" தொடரைப் பாராட்டி வந்த வாசகர் கடிதங்களில் நான் பெரிதும் மதித்துப் போற்றும் பெருந்தகையாளர் உலகத் தமிழர் பேரமைப்பின் தலைவர் பழ.நெடுமாறன் அவர்களின் கடிதத்தைப் பெற்றது நான் பெற்ற பேறு. மதிப்பிற்குரிய ஓம் சக்தி இதழின் இணையாசிரியர் சிதம்பரநாதன் அவர்களின் வாழ்த்தையும் இருகரம் கூப்பி ஏற்கிறேன். திரைப்படக் கலைஞர் திரு.சிவகுமார் அவர்கள் மின்னஞ்சல்வழி அனுப்பிய பாராட்டுக்கு நன்றி.

எடிட்டர் பி.லெனின் அவர்கள் என்னுடன் பகிர்ந்துகொண்ட செய்தியை தொடரில் குறிப்பிட்டிருக்கிறேன். அவருக்கு என் நன்றி. தரைக்கு வந்த தாரகையை தொடராக வெளியிட்டதுடன் நூலாக வெளியிட இசைவு நல்கிய இந்து தமிழ்திசை நாளேட்டின் ஆசிரியர் அசோகன் அவர்களுக்கும் இதனை அழகிய புத்தகமாக வெளியிட்டிருக்கும் திரு. வேடியப்பன் அவர்களுக்கும் என் நன்றி உரியது.

அன்பன்

11.12.2019
பாரதி பிறந்தநாள்
ஊரப்பாக்கம்.

தஞ்சாவூர்க்கவிராயர்

பொருளடக்கம்...

1. இதுதான் பானுமதி ஸ்டைல்! — 13
2. வானர வாத்தியார் — 18
3. அக்கம்மா என்றொரு கனவு தேவதை! — 23
4. மாப்பிள்ளைக்குச் சுண்டுவிரல் இல்லை! — 28
5. விதியின் விளையாட்டு! — 33
6. கிருஷ்ண தேவராயரும் கொய்யாப்பழமும் — 38
7. தொட்டுப்பேசக் கூடாது! — 43
8. நம்பியாரை நானே பார்த்துக்கிறேன்! — 47
9. எம்.ஜி. ஆரின் கைரேகை! — 52
10. சின்ன ஹலோ சொன்ன சேதி! — 57
11. அச்சுப்பிச்சுகளின் காதல் — 62
12. பொம்மைக் கல்யாணம் — 67
13. நடிப்புக்குச் சம்பளமாய் நாணயங்கள்... — 72
14. அவரது அழகில் மயங்கிப் போனேன்! — 77
15. அதுவொரு அழகிய காதல் காலம்! — 82
16. பிரிவோம்... சந்திப்போம்! — 87
17. காதலின் கைக்குட்டை — 92
18. ராமகிருஷ்ண பிரேமா! — 97
19. ஏழையின் காதல்! — 102
20. பல்லக்கின் உள்ளே இல்லை இளவரசி! — 108

21.	மணமகளே வருக!	113
22.	கல்யாணமும் கண்ணீரும்!	118
23.	அல்ப விஷயங்களின் ஆனந்தம்!	124
24.	நான் இனி நடிக்க மாட்டேன்!	129
25.	ஓ...ஹோ...ஹோ.. பாவு ரமா!	135
26.	பதறிய படைப்பாளி... காப்பாற்றிய தம்பதி!	140
27.	யார் அந்தக் கதாசிரியர்?	146
28.	மிஸ் ஆன மிஸ்ஸியம்மா!	152
29.	அழகான பொண்ணு நான்!	158
30.	எம்.ஜி.ஆர். தப்பித்தார்!	163
31.	மக்களுக்கான ராகம்!	167
32.	பூவாகி காயாகி...	172
33.	எழுத்தின் மீது காதல்!	177
34.	காவேரிக் கரையினிலே...	181
35.	விடைபெறுகிறேன்..	186

1. இதுதான் பானுமதி ஸ்டைல்!

அக்காக் குருவியின் கூவல் மட்டுமே கேட்கும் அமைதியான பாண்டி பஜார் வைத்தியராமன் தெரு. பழைய நினைவுகளில் ஆழ்ந்திருப்பதுபோல் காட்சிதரும் பானுமதியின் பங்களா. தொண்ணூறுகளின் முற்பகுதியில் ஒரு பிற்பகல்.

எனக்கு முன்னால் பானுமதி உட்கார்ந்திருக்கிறார். திரையில் வரும் நிழல் பானுமதி அல்ல, நிஜ பானுமதி!

பணிப்பெண் அவருக்கு முன்னால் ஒரு கோப்பைப் பழச்சாறும் எனக்கு காபியும் கொண்டுவந்து வைத்தார்.

"வாழ்க்கையில் எனக்குப் பிடிக்காத விஷயங்கள் இரண்டு. ஒன்று சினிமா. மற்றொன்று காபி" என்றார் பானுமதி.

திரையில் ஜொலிக்கிற நட்சத்திரமாய் நின்றுவிடாமல் சாதாரண மனுஷியாகத் தனது நினைவுகளையும் அனுபவங்களையும் கள்ளம் கபடற்ற குழந்தைபோல சொல்லிக்கொண்டு போவது பானுமதியின் சுபாவம்.

வானில் மின்னும் நட்சத்திரமாய் அவர் வாழ விரும்பவில்லை.

"நான் நடிக்க விரும்பவில்லை. அப்பாவின் வற்புறுத்தலால் நடித்தேன். வேண்டா வெறுப்பாக நடித்ததால் என் நடிப்பிலும் வசன உச்சரிப்பிலும் ஒரு அலட்சியம் வந்துவிட்டது. நான் காட்டிய இந்த அலட்சியம், விலகல்தான் என்னுடைய பாணி என்றார்கள். பானுமதி ஸ்டைல்.

இது ரொம்ப நல்லா இருக்குன்னு எல்லோரும் புகழ ஆரம்பிச்சாங்க. என்னடா இது வம்பாப் போச்சேன்னு நினைச்சேன்.

இதுதான் என் வாழ்க்கையின் மிகப் பெரிய க்ருயல் ஜோக்! எத்தனையோ சோதனைகளை வாழ்வில் தாண்டி வந்துவிட்டேன். அந்த முறையில் ஒரு விஷயத்தை என்னால் உறுதியாகச் சொல்ல முடியும். நாம எல்லோரும் ஆத்ம பரிசோதனை பண்ணிக்கணும்.

நாம யாரு? எதுக்காக வந்தோம்? என்ன செய்துகிட்டிருக்கோம்? அப்படீன்னு யோசிக்கணும். பணம், புகழ்னு அலையறதைவிட இது முக்கியம்.

இதுல கவனமிருந்தா, மனதைத் தத்துவ விசாரத்தில் பிலாஸபிகலாக வைத்துக்கொண்டால் மத்தது தானாகவரும்! நான் அப்படித்தான் செய்தேன்! புகழை உதாசீனப்படுத்தினேன்.. தானா வந்தது! பணத்தை வேண்டாம்னு தள்ளினேன்... அதுவா வந்து சேர்ந்தது.

இப்படியான தத்துவப் பார்வையே அவரை வானத்தில் மிதக்காமல் தரைக்குக் கொண்டுவந்து சேர்த்தது. புகழின் பிரகாசத்தைப் பொருட்படுத்தாமல் செய்தது. தரைக்கு வந்த தாரகையாய் அவரை ஆக்கியது!

எழுத மறந்தேன்

பானுமதி நீண்ட நேரம் தியானத்தில் செலவழிப்பார். நான் குறிப்புப் புத்தகமும் கையுமாகக் காத்திருப்பேன். அவர் மிகச் சிறந்த நடிகையாக, இயக்குநராக, பாடகியாக, எழுத்தாளராக, கல்வியாளராக எல்லோருக்கும் அறிமுகமாகி இருக்கலாம். ஆனால், அவர் மிகச் சிறந்த கதைசொல்லியாக எனக்கு அனுபவம் ஆனார்.

எந்தச் சம்பவம் ஆனாலும் அதை அப்படியே உட்கார்ந்தபடியே தத்ரூபமாக நடித்தபடி கதைசொல்வதில் அவருக்கு ஈடுஇணை இல்லை. அவருக்கு முன்னால் கண்ணுக்குத் தெரியாத கேமரா ஒன்று நிரந்தரமாக இருப்பதாக நினைத்துக்கொள்வார் போலும். சில நேரம் நான் எழுதுவதை மறந்து அவர் பேச்சில் லயித்துவிடுவேன்.

"ரொம்ப நேரமா நீங்கள் எதுவுமே எழுதாமல் என்னையே பார்த்துகிட்டு இருக்கீங்க" என்று கிண்டலாகச் சிரிப்பார் பானுமதி. ஆனால், அவர் பேசுவது என் மனத்தில் ரிக்கார்டு ஆகிக்கொண்டுதான் இருக்கும். இது அவருக்கும் தெரியும்.

"சொல்லுங்கள் எங்கே இருந்து ஆரம்பிக்கலாம்?"

"உங்கள் பள்ளிக்கூட அனுபவங்களைப் பற்றிச் சொல்லுங்களேன்!"

"சின்ன வயசிலிருந்தே எனக்கு எதைக் கேட்டாலும் சட்டென்று மனப்பாடம் ஆகிவிடும்! புராணக் கதைகளைக் கேட்பதிலும், சுலோகங்களைச் சொல்வதிலும் நான் காட்டிய ஆர்வத்தைப் பார்த்துவிட்டுப் பள்ளிப் படிப்பிலும் நான்

சிறந்து விளங்குவேன் என்று அப்பா நினைத்தார். வீட்டுக்குப் பக்கத்திலிருந்த பள்ளிக்கூடத்தில் என்னை சேர்த்துவிட்டார்..."

"எப்படிம்மா இருக்கு பள்ளிக்கூடம்?"

"எனக்குப் பள்ளிக்கூடம் வேண்டாம்!" என்றேன் அழுத்தம் திருத்தமாக.

"அந்தக் காலத்தில் பள்ளிக்கூடம் என்றால் ஞாபகம் வருவது கையில் பிரம்பும் கடுகடுமுகமுமாகப் பயமுறுத்தும் வாத்தியார்கள். இப்போதுபோல் தன்னைவிட அதிக எடையுள்ள பாடப் புத்தகப் பைகளைச் சுமக்க வேண்டாம். கையில் ஒரு சிலேட்டு, ஒண்ணு, ரெண்டு நோட்டு புஸ்தகம் அவ்வளவுதான். மத்தபடி சிலேட்டுகளின் ராஜ்யம்தான்!"

எங்கள் ஊரிலிருந்த பள்ளிக்கூடத்தில் ரங்கையா பந்துலு என்று ஒரு ஆசிரியர் இருந்தார். அப்பா என்னைப் பள்ளிக் கூடத்துக்குள் அழைத்துச்சென்றபோது ரங்கையா பந்துலு ஒரு மாணவனைப் பிரம்பால் விளாசிக்கொண்டிருந்தார். அந்த மாணவன் கதறியதைப் பார்த்துவிட்டுதான் சொன்னேன்.

"எனக்கு இந்தப் பள்ளிக்கூடம் வேண்டாம்!" அப்பா நான் சொன்னதைக் காதில் போட்டுக் கொள்ளாமல், என்னைக் கட்டாயப் படுத்திப் பள்ளிக்கூடத்தில் சேர்த்து விட்டார். ரங்கையா பந்துலு பொடியை உறிஞ்சினார். கையில் பிரம்பு.

"பயப்படாதே அம்மா, நம்ம ரங்கையா பந்துலு ரொம்ப நல்லவர். பெண் குழந்தைகளை அடிக்க மாட்டார். என்ன ரங்கையா. நான் சொல்வது சரிதானே? அது மட்டுமல்ல; என் குழந்தை ரொம்ப புத்திசாலி" என்றார் அப்பா.

பொடியை உறிஞ்சியபடி அப்பா சொன்னதை ஆமோதித்தார் ரங்கையா.

நான் வரும்போது அடிவாங்கிக்கொண்டிருந்த பையன், இன்னும் அழுதுகொண்டிருந்தான். பெப்பர்மின்ட் தின்பண்டங்கள் எல்லாம் கொடுத்து அவனைச் சமாதானப்படுத்த முயன்று கொண்டிருந்தார்கள். அவர்கள் கொடுப்பதை வாங்கிச் சாப்பிட்டுக்கொண்டே அழுதான் அவன். கூல்டிரிங்ஸ் வந்தது. அதையும் வாங்கிக் குடித்துவிட்டு மறுபடி அழத் தொடங்கினான்.

வாத்தியார் ரங்கையா பந்துலுவுக்குக் குரு தட்சணையாக மாணவர்கள் வீட்டிலிருந்து தினமும் ஏதாவது பட்சணங்கள் கொண்டுவர வேண்டும். 'நான் கேட்டேன் என்று வீட்டில் சொல்லக்

கூடாது' என்று மிரட்டி வைத்திருந்தார். அவர், பிள்ளைகளைப் பார்த்து, 'நாலணா, எட்டணா கையில் வைத்திருந்தால் என்னிடம் கொடுத்திடணும். அப்பதான் படிப்பு வரும்' என்றபோது நான் தலையாட்டினேன்.

'போ போய் மத்த குழந்தைகளோட உட்கார்' என்றார். நான் போய் உட்கார்ந்ததும் வகுப்பில் இருந்த குழந்தைகள் என்னை விசித்திரமாகப் பார்த்தன. நான் போட்டிருந்த பட்டுச் சொக்காயை வைத்த கண் வாங்காமல் பார்த்தன.

ஒரு பையன் என்னைப் பார்த்து கன்னத்தை உப்பிக்காட்டினான். என் கன்னம் உப்பி இருப்பதைக் கிண்டல் செய்தான். எல்லாக் குழந்தைகளும் வாயைப் பொத்திக்கொண்டு சிரித்தன." பானுமதி தனது பள்ளிநாட்களுக்கே சென்றுவிட, முதுமை இழையோடிய அவரது முகத்திலும் குழந்தைமையின் குறுகுறுப்பு ஒளிர்ந்ததைக் கண்டேன்.

2. வானர வாத்தியார்

தலைவாரி பூச்சூடி உன்னை
பாடசாலைக்குப் போ என்று
சொன்னாள் உன்அன்னை!
சிலைபோல ஏன் அங்கு நின்றாய் நீ
சிந்தாத கண்ணீரை ஏன் சிந்துகின்றாய்

'ரங்கோன் ராதா' (1956) படத்தில் பானுமதி பாடியது.

பள்ளிக் கூட நினைவுகளைத் தொடர்ந்தார் பானுமதி "என் மனசில் ஏதேதோ எண்ணங்கள். ஆசிரியர் கையில் இருக்கும் பிரம்பு ஏன் இவ்வளவு அழுக்காக இருக்கிறது, அது சரி பிரம்பைத்தான் ஏன் வைத்திருக்க வேண்டும்? எங்கள் வகுப்பில் நல்ல பிள்ளைகள் மட்டுமல்ல, துஷ்டப் பிள்ளைகளும் இருந்தார்கள். அவர்களில் சிலர் கையில் பசையைத் தடவி வைத்திருப்பார்கள்.

ஆசிரியர் அடிக்கும்போது அது பிரம்பில் ஒட்டிக்கொண்டு விடும். ஆனால், ரங்கையா வாத்தியாரின் பிரம்பு அப்பாவிப் பிள்ளைகளைத்தான் பதம் பார்த்தது. பிரம்பில் பசை ஒட்டிய துஷ்டப் பிள்ளைகள் தப்பித்து விடுவார்கள்.

பள்ளி மாணவர்களில் துஷ்டத்தனம் மிகுந்தவர்கள் இருந்ததுபோல், ஆசிரியர்களிலும் சிலர் இருந்தார்கள்.

○ தரைக்கு வந்த தாரகை

அப்படிப்பட்ட வாத்தியார்தான் ஹனுமய்யா. ஹனுமய்யா முகமே ஒரு வானரம் மாதிரிதான் இருக்கும். அவர் சேஷ்டைகளும் அப்படியே. ஹனுமய்யா சில சமயம் தமாஷ் செய்வார்.

ஆடுவார், பாடுவார் என்று சொல்லி நிறுத்திய பானுமதியின் குரல் கொஞ்சம் தாழ்ந்தது. ஆனால், சற்றுக் கோபம் கூடியது.

"என்னோடு படித்த சேஷம்மாவுக்கு வயதுக்கு மீறிய வளர்ச்சி. அழகாக கொழுக் மொழுக்கென்று இருப்பாள். ஹனுமய்யா வாத்தியார் சேஷம்மாவை விசேஷமாக 'கவனித்தார்'. தன் பக்கத்திலேயே உட்கார வைத்துக்கொண்டார். ஒருநாள் ஹனுமய்யா வாத்தியார் சேஷம்மாவைத் தொடக் கூடாத இடத்தில் கிள்ளிவிட்டார். அந்தப் பெண் அழுதுகொண்டே ரங்கையா பந்துலுவிடம் சொல்ல அவர் ஹனுமய்யாவை கடுமையாகத் திட்டிவிட்டார். ஹனுமய்யா மன்னிப்பு கேட்டார்.

இது பெற்றோருக்குத் தெரிந்தது. அவர்கள் கும்பலாக ஹனுமய்யாவை அடிக்க வந்து விட்டார்கள். ரங்கையா பந்துலு தலையிட்டதால் விஷயம் அத்தோடு முடிந்தது. ஆனால், அவர்கள் தங்கள் குழந்தையை வேறு பள்ளியில் சேர்ப்பதாகக் கூறி அவளை அழைத்துக் கொண்டு போய் விட்டார்கள். பிற்காலத்தில் நான் புதிதாகத் தொடங்கிய பள்ளிக் கூடத்துக்கு ஆசிரியர் தேவைப்பட்டார். அதற்கு அப்ளை பண்ணியிருந்த ஒருத்தர் பெயர் அருண்பிரசாத் மற்றவர் பெயர் அனுமந்தராவ்.

'அருண் பிரசாதை, நியமியுங்கள். அனுமந்தராவ் வேண்டாம் அவரை அனுப்பி விடுங்கள்' என்றேன். எனக்கு ஹனுமய்யா ஞாபகம் வந்துவிட்டது" என்றபோது எனக்கும் கொஞ்சம் திக்கென்று ஆகிவிட்டது.

பாட்டியும் நெய்வடையும்

பானுமதி அம்மையார் வீட்டில் ஒருநாள் காலைச் சிற்றுண்டி சாப்பிடும்படி ஆயிற்று.

'உங்கள் வீட்டு நெய்தோசை பிரமாதம்!' என்றேன். பானுமதி சிரித்தபடி "நெய்தோசை என்றதும் எனக்கு நெய்வடை ஞாபகம் வந்துவிட்டது" என்றார்.

"நெய் வடையா?"

"ஆமாம்" ஊரில் எனக்கு ஒரு பாட்டி இருந்தார். நெய்வடை செய்வதில் அவருக்கு நிகரே இல்லை. பாட்டியின் நெய்வடைக்குப் பின்னால் ஒரு கதையே இருக்கிறது. பாட்டியின் பெயரில் 36 ஏக்கர்

நில புலன்களை எழுதிவைத்துவிட்டு தாத்தா செத்துப்போனார். பாட்டி வருஷம் தவறாமல் ஒரு ஏக்கரை விற்றுக் கிடைத்த பணத்தில் நெய்வடை செய்து சாப்பிட்டார். நெய்வடை என்றால் நெய்யில் சுடுவது என்று நினைத்துக் கொள்ளாதீர்கள். நெய்வடையை நெய்யில் சுட்டு நெய்யிலேயே ஊறப்போட வேண்டும். பிறகு நெய் ஊற்றிச் சாப்பிட வேண்டும்.

அம்மாவுக்கும் பாட்டிக்கும் அடிக்கடி மாமியார் மருமகள் சண்டை வந்துவிடும். அப்போதெல்லாம் அம்மா "புருஷன் வச்சுட்டுப்போன நிலத்தை எல்லாம் வித்து நெய்வடையா

செஞ்சு இந்தக் கிழவி சாப்பிடறா. குழந்தைக்கு ஏதாவது மிச்சம் வைக்க வேண்டாமா?' என்பாள். பாட்டியோ, 'நெய் வடைன்னா எனக்கு இஷ்டம். நான் சாப்பிடறேன். என் புருஷன் எனக்கு வச்சுட்டுப்போன சொத்தில் நான் நெய்வடை என்ன, எது வேணும்னாலும் செஞ்சு சாப்பிடுவேன். உன்னிடமோ உன் புருஷனிடமோ வந்து எனக்கு நெய்வடை வேணும்னு கேட்டேனா?' என்று வைரம்போல் கடினமான வைராக்கியத்துடன் கடைசிவரை ஜொலித்தவள்.

பாட்டி சொன்ன மாதிரியே கடைசி ஏக்கர் நிலத்தை விற்று நெய்வடை செய்து சாப்பிட்டுவிட்டுத்தான் போய்ச்சேர்ந்தாள். "பாட்டிக்குப் பிறகு அப்படி ஒரு நெய்வடையை நான் சாப்பிடவே இல்லை" என்றார் பானுமதி.

இப்படி நெய்யில் மிதக்கவிட்டு செய்தால் வடை ருசிக்கத்தான் செய்யும் என்றேன் நான். "இருக்கலாம். சில சமயம் மிகவும் எளிமையாகச் செய்யப்படும் பதார்த்தங்கள், அதைவிடச் சுவையோடு அமைந்துவிடும்" என்று தொடர்ந்தார்.

எங்கள் வீட்டருகே ஒரு தாத்தா இருந்தார். அவரை பஞ்சாபித் தாத்தா என்போம். நல்ல உயரம். பார்க்க லட்சணமாக இருப்பார். பெரிய ஹாண்டில்பார் மீசை. அவர் என்ன பண்ணுகிறார் என்பதெல்லாம் எனக்குத் தெரியாது. ஆனால், அவர் சமையல் எனக்குப் பிடிக்கும். தானே சுயமாகச் சமைத்துக்கொள்வார். சில ரொட்டிகளும் கொஞ்சம் சாதமும் அவ்வளவுதான். அவர் பருப்பு சாம்பார், காய்கறி கூட்டு என்று எதுவும் செய்வதில்லை.

பத்துப் பன்னிரண்டு வெங்காயத்தை பொடியாக நறுக்கிக் கொள்வார். ஸ்டவ்வில் வாணலியை வைத்துகொஞ்சம் எண்ணெய் ஊற்றுவார். கொஞ்சம் வெந்தயம், உப்பு, மஞ்சள் தூளைக் கலந்து கொதிக்கவிடுவார். நறுக்கிவைத்த வெங்காயத்தை அதில் போடுவார். அதில் ஒரு கிளாஸ் தண்ணீர் ஊற்றி மூடிவைத்துவிடுவார். அவரிடம் கொஞ்சம் கறிவேப்பிலை கொடுத்து அதில் போடுங்களேன் என்பேன். "நோ..நோ. இது எங்க சமையல்...அதெல்லாம் போட மாட்டோம்" என்பார்.

அவரைப் பார்த்தால் பாவமாக இருக்கும். அம்மாவிடம் கொஞ்சம் பருப்பு சாம்பாரும் வாங்கிக்கொண்டு செல்வேன். என் பாசத்தில் நெகிழ்ந்துபோன தாத்தா அவர் செய்த பொரியலில் கொஞ்சம்கொடுப்பார்.நான் அதை வீட்டுக்குக்கொண்டுபோவேன். அம்மா அதை ருசி பார்த்துவிட்டு "என்ன பண்டம் இது? ஒரு

ருசியும் இல்லை. முதலில் அதை எறிந்துவிட்டு வா" என்பார். அம்மா சொல்வதைக் கேட்காமல் தாத்தா பிரியத்துடன் கொடுத்த பொரியலைச் சாதத்தில் கலந்து சாப்பிடுவேன். சுவை பிரமாதமாக இருக்கும்!

இப்பவும்கூட பஞ்சாபித் தாத்தா பொரியலை சாப்பிடணும்னு ஆசையா இருந்தா, நானே சமையல் அறைக்குள் நுழைந்து என் கையாலேயே அதைச் செய்து சாப்பிடுவது உண்டு.

3. அக்கம்மா என்றொரு கனவு தேவதை !

அழகான பொண்ணுநான்
அதுக்கேத்த கண்ணுதான்
என்கிட்டே இருப்பதெல்லாம்
தன்மானம் ஒண்ணுதான்!
ஈடில்லா காட்டுரோஜா இதை நீங்க பாருங்க
எவரேனும் பறிக்க வந்தா குணமேதான் மாறுங்க
முள்ளேதான் குத்துங்க................

படம்: அலிபாபாவும் நாற்பது திருடர்களும்...

எங்கள் வீட்டருகே இருந்த தாத்தையாவிடம் சம்ஸ்கிருத சுலோகங்களைக் கற்றுக்கொள்ள அப்பா ஏற்பாடு செய்திருந்தார். அவர் சுலோகங்களுக்கு நடுவே “குழந்தாய்! உனக்கு போஜராஜனின் காளிதாஸன் கதைகளைச் சொல்லட்டுமா?” என்று கேட்டார். தாத்தா சொல்கிற விஷயங்கள் வேடிக்கையாக இருக்கும். நான் தலையாட்டினேன்.

போஜராஜா கதையில் ரங்காஸனி கதையும் வரும். தாத்தா கதையை எப்படியோ திருகி காளிதாஸ் ரங்காஸனியிடம் போகிறமாதிரி செய்துவிடுவார். ரங்காஸனிக்கும் காளிதாஸனுக்கும் இடையே நடக்கும் சம்பாஷணைகளைச் சொல்லும்போது தாத்தாவே காளிதாஸாக மாறிவிடுவார். அவர் சொல்லும் கதைகளை வாயைப் பிளந்து கேட்டுக்கொண்டிருப்பேன்.

தாத்தா சொன்னார் "குழந்தாய்! உனக்குத் தெரியாது! ரங்காஸனி மட்டும் இல்லேன்னா காளிதாஸ் அப்பேர்ப்பட்ட கவிதைகளை எழுதியிருக்க முடியுமா? அழகை ரசிக்கணும்னா அதுக்கு ரங்காஸனிதான் வேணும்! மனைவி லாயக்குப் படாது! அதுக்காகத்தான் சொல்வாங்க. சீக்கிரமாகத் தூக்கம் வரணுமானா பக்கத்தில் மனைவியும் புஸ்தகமும் இருக்கணும்!"

இப்படிச் சொல்லிவிட்டு மனைவி சூடம்மாவைப் பார்த்து பெரிதாகக் கொட்டாவி விடுவார்! நானோ இரண்டு பேரையும் ஒன்றும் புரியாமல் பார்த்துக் கொண்டிருப்பேன்! ஆதிசங்கரரின் சௌந்தர்ய லஹரியை அவர்தான் சொல்லிக் கொடுத்தார்!

ஆன்மிக அனுபவம்

சினிமா படப்பிடிப்பு இடைவேளைகளில் நான் சௌந்தர்ய லஹரியின் ஸ்லோகங்களை முணுமுணுத்துக் கொண்டிருப்பேன்! தினம்தோறும் ஸ்ரீசக்கர பூஜை செய்வேன். ஒரு முறை சிருங்கேரி பீடாதிபதி சங்கராச்சாரியாரைச் தரிசித்தபோது "நீ ஸ்ரீசக்கர பூஜை செய்கிறாயா?" என்று கேட்டபோது திடுக்கிட்டேன். இது எப்படி இவருக்குத் தெரியும்? "நீ பாலமந்திரம் உபதேசம் பெற்று தீட்சை வாங்கிக்கொண்டால் நல்லது" என்றார்.

"ஆனால் இதை உன் கணவரின் அனுமதி பெற்றுத்தான் செய்ய வேண்டும்" என்றார். கணவரிடம் கேட்டதற்கு "நீ என்ன

சந்நியாசினி ஆகப் போகிறாயா? அதெல்லாம் வேண்டாம்" என்று சொல்லிவிட்டார். ஆனால், என் மனத்தில் திரும்பத் திரும்ப குரு உபதேசம் பெற வேண்டும் என்ற எண்ணமே சுற்றிவந்தது. என் கணவர் நான் படுகிற அவஸ்தையைப் பார்த்துவிட்டு "சரி உன் விருப்பம் அதுவானால், குருவின் ஆக்ஞைப் படியே செய்" என்றார்.

ஸ்ரீ ஜகத்குரு சங்கராச்சாரியாரிடம் நான் பாலமந்திரம் உபதேசம் பெற்றேன். ஸ்ரீ ஜகத்குரு என்னிடம் "பலதரப்பட்ட மனிதர்கள் என்னிடம் வருகிறார்கள். தங்கள் கவலைகளையும் கஷ்டங்களையும் சொல்லி தீர்த்துவைக்கச் சொல்கிறார்கள். திரைப்படத் துறையில் இருந்தாலும் நீ மட்டும்தான் உன் நேரத்தை எல்லாம் தெய்வீக வழிபாட்டில் கழிக்க விரும்புகிறாய்!"என்றார். இதற்குப் பிறகு எனக்குள் ஒரு மாற்றம் ஏற்பட்டது. எனக்குள் இருந்த பயமும் கூச்சமும் போய்விட்டன. அதற்குப் பதிலாகத் தன்னம்பிக்கையும் மனஉறுதியும் ஆன்மிக ஈடுபாடும் ஏற்பட்டுவிட்டது.

சூடம்மா தாத்தாவிடம் சொல்வார். "நம்மவீட்டு கொல்லைப்புற மதில் சுவர் வழியாக அக்கம்மாவை எட்டிப் பார்ப்பதை விட்டுவிட்டு குழந்தைக்கு பகவத்கீதையிலிருந்து ஏதாவது சுலோகங்களைச் சொல்லிக் கொடுத்தால் பிரயோசனம் உண்டு" என்பார்.

அக்கம்மா அடுத்த வீட்டுப்பெண். அழகில் அவளை மிஞ்ச ஊரில் எந்தப் பெண்ணும் இல்லை. புசுபுசுவென்ற கூந்தலுடன் அதில் ஒரே ஒரு பூவைச் சூடிக்கொண்டு அவள் தண்ணீர் எடுக்கத் தெருவழியே நடந்துபோவதைப் பார்க்கிறவர்கள், "கிருஹலட்சுமியில் வருகிற கண்ணாம்பா மாதிரியே இருக்கா!" என்பார்கள்.

இந்திப் பட ரசிகர்கள் "அப்படியே தேவிகாராணி மாதிரி இருக்கா!" என்று புகழ்வார்கள். மொத்தத்தில் அக்கம்மா எங்கள் ஊர் ஆண்களின் 'கனவு தேவதை'. பெண்களுக்கோ அவள் 'பெண் பிசாசு' பானுமதி கூறியதைக் கேட்டு எனக்குச் சிரிப்பாக வந்தது. நான் எழுதுவதை நிறுத்தினேன். அவர் எழுந்து உள்ளே போனார்.

எழுபது வயது சபலம்

சிறிது இடைவேளை. பானுமதி மீண்டும் வந்து உட்கார்ந்தார். கண்களை மூடி தியானிப்பதுபோல் சற்று நேரம் இருந்தார். இது போன்ற சமயங்களில் அவராகப் பேசும்வரை நான் காத்திருப்பது வழக்கம். இந்தமுறை அவர் மௌனத்தை நானே கலைத்தேன்.

தஞ்சாவூர்க் கவிராயர் ● 25

“அப்புறம் அக்கம்மா என்ன ஆனாள்?” எனது கேள்விக்காகக் காத்திருந்தவர் போல் பானுமதி பேசத் தொடங்கினார்.

பக்கத்து வீட்டு தாத்தா வாழை இலை கேட்கிற சாக்கில் காம்பவுண்டு சுவர் வழியாக எட்டிப் பார்த்து அக்கம்மாவிடம் பேச்சுக்கொடுத்து அவள் அழகைப் புகழ்வார்! அவள் நல்ல உயரம். பெரிய அகன்ற விழிகள், பொன்நிறம், வடிவான அழகு முகம் இதுதான் அக்கம்மா. அவளுடைய கணவர் ஒரு தபால்காரர். அழகாகவும் இருக்க மாட்டார். குள்ளம் வேறு. அருகில் வசிக்கும் பெண்கள் அவள் அழகைப் பார்த்துப் பொறாமை காரணமாக அவளைப் பற்றி அவதூறு பேசினார்கள். சிலர் அவர் நடத்தையைப் புகழ்ந்தார்கள்.

அக்கம்மா அடக்கமே உருவானவள். கடவுள் பக்தி மிகுந்தவள். அவருடைய ஒரே பிரச்சினை அவளுடைய மாமியார்தான்! அக்கம்மா எங்கே போனாலும் அவள் பின்னாடியே போய் வேவுபார்ப்பதுதான் அவள் வேலை! அக்கம்மாவுக்குப் புத்திமதி சொல்லும்படி அவள் தாத்தாவைக் கேட்டுக்கொண்டாள். இதுதான் சாக்கு என்று தாத்தா அக்கம்மாவைக் கூப்பிட்டு அனுப்பினார்.

அக்கம்மா வந்தாள். அவர் காலைத் தொட்டுக் கும்பிட்டாள். சற்றே தள்ளி நின்று பவ்யமாக “ஸ்வாமி! எதற்குக் கூப்பிட்டீர்கள்?” என்று கேட்டாள்.

அக்கம்மாவைப் பார்த்ததும் தாத்தா தன் நிலை மறந்துவிட்டார். “ஏனம்மா தள்ளி நிற்கிறாய்? இப்படிவா. உன்னிடம் ஒரு ரகசியம் பேசவேணும்”

அக்கம்மாவைக் கூப்பிட்டுப் பக்கத்தில் உட்கார வைத்துக் கொண்டார். அவள் தொடையில் கை வைத்து அழுத்தியபடி சொன்னார். “அக்கம்மா! உனக்காக என் மனசு ரொம்பவே கஷ்டப்படுகிறது. ஏன் தெரியுமா? உன் அழகுக்கு ஏற்ற புருஷன் அமையவில்லையே! அவனோடு வாழ்ந்து என்ன சுகத்தைக் கண்டாய் பாவம்” என்றார். அக்கம்மா வெட்கத்துடன் “ஸ்வாமி உங்கள் ஆசீர்வாதத்துக்கு நன்றி. எனக்கு ஒரு கஷ்டமும் இல்லை. நான் சந்தோஷமாக இருக்கிறேன்” என்றாள். “ஒருபக்கம் அவலட்சணமான புருஷன். மறுபக்கம் மாமியாரின் தொந்தரவு. பாவம் நீ படுகிற சித்திரவதை எனக்குத் தெரியும் அம்மா!” என்று மறுபடியும் அவள் தொடையை அழுத்தினார்.

அக்கம்மா இதை எதிர்பார்க்கவில்லை. “ஐயையோ! என் வீட்டுக்காரர்வரும் நேரமாச்சு! நான் போறேன்” என்று

எழுந்தவளின் தோளைத்தொட்டு உட்காரவைத்து "என்னம்மா அவசரம்? நான் உன்கிட்டே எவ்வளவோ பேசவேண்டியிருக்கு" என்று கிசுகிசுத்தார்.

"மன்னிக்கணும் என் வீட்டுக் காரருக்கு சமைக்கணும்" என்று சொல்லிவிட்டு அவள் அங்கிருந்து ஓடியே போய்விட்டாள். நான் அம்மாவிடம் நடந்ததைச் சொன்னேன். "இந்த வயசில் கிழவருக்கு ஆசையைப் பாரு!" என்று திட்டினாள். எனக்குப் பல ஆண்டுகளுக்கு முன் பார்த்த மர்லின் மன்றோவின் Seven year itch படம் ஞாபகம் வந்தது. இது Seventy years itch போலும்!

4. மாப்பிள்ளைக்குச் சுண்டுவிரல் இல்லை!

சொன்ன பேச்சைக் கேக்கணும்
முன்னும் பின்னும் பார்க்கணும்
நின்னு நல்லா நிமிர்ந்து பார்த்து
நேர்வழியே நடக்கணும்!
காதில் எல்லாம் வாங்கிக்கிட்டு
காற்றுவாக்கில் பறக்கவிட்டு
பாதையில் வழுக்கி விழக்கூடாது போகும்
பாதையில் வழுக்கி விழக்கூடாது!

படம்: மக்களைப் பெற்ற மகராசி

பானுமதி காபி குடிக்க மாட்டாரே தவிர, அதை ருசித்து அருந்துவதை ஒரு குழந்தையைப் போல வேடிக்கை பார்ப்பார். காபிக்குப்பின் நமது முகத்தில் உற்சாகம் கூடியிருக்கிறதா என்பதை உறுதி செய்துகொண்டு பேசத் தொடங்குவார். எழுபது வயது சபலத் தாத்தாவிடமிருந்து தப்பித்த அக்கம்மாவைப் பற்றிக் கூறி முடித்த பானுமதி, நினைவுகளைத் தொடர்ந்தார்.

அப்பாவுக்குத் திடீரென்று உடம்பு சரியில்லாமல் போய்விட்டது. தான் உயிரோடு இருக்கும்போதே எனக்குக் கல்யாணத்தைப் பண்ணிப் பார்த்துவிட வேண்டுமென்று ஆசைப்பட்டார்.

ஒருநாள் நான் பள்ளிக்கூடத்திலிருந்து திரும்பியபோது என் கல்யாண ஏற்பாடு பற்றிய பேச்சு காதில் விழுந்தது.

'பையன் பி.ஏ. படிச்சிருக்கான். லட்சணமாக இருக்கான்...' 'எல்லாம் சரி. சுண்டுவிரல் இல்லை என்கிறீர்களே!' என்றாள் அம்மா. 'கல்யாணத்துக்கும் சுண்டு விரலுக்கும் என்ன சம்பந்தம்? அது பெரிய குடும்பம். என் நண்பனின் மகன்தான் அந்தப் பையன். குழந்தையை நன்றாகப் பார்த்துக்கொள்வார்கள்' என்றார் அப்பா. 'அதெல்லாம் முடியாது' என்று சொல்லிவிட்டாள் அம்மா.

பக்கத்து வீட்டு தாத்தாவும் பாட்டியும் 'கனகத்துக்கு இப்ப 12 வயசுதானே ஆகிறது. அதுக்குள்ளே எதுக்குக் கல்யாணம்; உனக்கு உடம்பு சரியில்லை என்பதற்காக பாப்பாவைப் பலிகடா ஆக்கணுமா?' என்று கேட்டுச் சண்டைக்கு வந்துவிட்டார்கள்.

தேடிவந்த மாப்பிள்ளை

எனக்கு வரன் பார்க்கிற விஷயம் எப்படியோ வெளியே தெரிந்துவிட்டது. ஒரு நாள் ஒரு பெரியவர் எங்கள் வீட்டுக்கு வந்தார். அப்பா வீட்டில் இல்லை. அம்மா அவரை உட்காரவைத்து விசாரித்தார். அவர் தயங்கித் தயங்கிச் சொன்ன விஷயம்.

'எனது இரண்டாவது மனைவி இறந்துவிட்டாள். நான்கு குழந்தைகள். நிறைய சொத்து இருக்கிறது. குடும்பத்தைப் பார்த்துக்கொள்ள எனக்கு மூன்றாவது மனைவி தேவை. இந்த வீட்டில் ஒரு பெண் இருப்பதாகக் கேள்விப்பட்டேன் பார்க்க முடியுமா?'

அவர் கூறியதைக் கேட்டு, அம்மா புடவைத் தலைப்பால் வாயைப் பொத்திக்கொண்டுவிட்டாள். அவளுக்குச் சிரிப்பு வந்துவிட்டது. 'இல்லை உங்களுக்கு ஏத்தமாதிரி பெண் இந்த வீட்டில் இல்லை' என்று கூறி அனுப்பிவிட்டாள். என்னைத் தேடிக்கொண்டுதான் இந்தக் கிழவர் வந்திருக்கிறார் என்று புரிந்தது. எனக்குள் அவமானமும் ஆத்திரமும் வெடித்தன.

கிழவர் புறப்பட எழுந்தார். அந்த நேரம் பார்த்து அப்பா வந்துவிட்டார். கிழவர் தன்னை அறிமுகப்படுத்திக்கொண்டு விஷயத்துக்கு வந்தார். அப்பாவுக்கு அதிர்ச்சி. என்னைக் கூப்பிட்டார். கிழவருக்கு அப்பாவைவிட வயது அதிகம். என்னைக் காட்டி, "இந்தப் பெண்ணுக்குத்தான் நான் வரன் தேடுகிறேன்" என்றார். கிழவர் அதிர்ந்து போய்விட்டார். 'கடவுளே என் பேத்தி வயசு இருக்கும் போல் இருக்கிறதே. நான் 25 அல்லது 30 வயசு இருக்குமென்று நினைத்தேன். என்னை மன்னியுங்கள்' என்று சொல்லிவிட்டு ஓட்டமும் நடையுமாய்ப் போய்விட்டார்.

ஆனால், அப்பா அடங்குகிற மாதிரி இல்லை. 'நல்ல வரன் அமைய மாட்டேன் என்கிறது. குழந்தையின் ஜாதகத்தை ஜோதிடர் ராமையாவிடம் காட்டலாம் என்று பார்க்கிறேன்' என்று சொல்லிவிட்டு குண்டூர் போனார். அங்கேதான் ராமையா இருந்தார் அவர் என் ஜாதகத்தைப் பார்த்துவிட்டு, 'இந்தப் பெண்ணுக்கு 18 வயதில்தான் கல்யாணம் நடக்கும். அது மட்டுமில்லை; இது சாதாரண ஜாதகம் கிடையாது.

எல்லோரையும் போல கல்யாணம் பண்ணிக்கொண்டு, குழந்தை பெற்றுக்கொண்டு, ஒரு சாதாரணப் பெண்ணாகக் குடும்பத்தைக் கவனித்துக்கொண்டு வீட்டில் அடைந்து கிடக்கப் பிறந்தவள் இல்லை இவள். கலைகளில் இவள் புகழின் உச்சத்துக்குப் போவாள் என்று தெரிகிறது' என்று சொல்லிவிட்டார். அப்பா சந்தோஷமாக வீடுவந்து சேர்ந்தார். 'எம்.எஸ்.சுப்புலட்சுமி மாதிரி என் மகள் மிகப் பெரிய பாடகியாக வருவாள். நாடே அவள் பாட்டில் மயங்கப்போகிறது' என்றார் அம்மாவிடம்.

இந்தப் பெண்ணுக்கு நடிப்பு வராது

அடுத்த வாரம் அப்பா கோர்ட் விஷயமாகச் சென்னைக்கு புறப்பட்டுக்கொண்டிருந்தார். நான் அவருடன் சென்னைக்கு

வந்தே தீருவேன் என்று அடம்பிடித்தேன். சென்னையைப் பார்க்க எனக்குக் கொள்ளை ஆசை. அப்பா முதல் தடவையாகச் சென்னைக்கு அழைத்து வந்தார். சென்னையைச் சுற்றிக் காண்பித்தார். லைட் ஹவுஸ், விலங்குக் காட்சிச்சாலை, மெரினா கடற்கரை, உயர் நீதிமன்ற வளாகம் என்று பல இடங்களுக்கும் அழைத்துப்போனார்.

சென்ட்ரல் ரயில் நிலையம் அருகில் வால்டாக்ஸ் சாலையில் அவர் எனக்குப் புதுக் காலணிகள் வாங்கிக் கொடுத்தது நன்றாக ஞாபகம் இருக்கிறது. அவை, காலைக் கடித்து நான் 'நொண்டி நொண்டி' நடந்ததும் ஞாபகம் இருக்கிறது. 'இப்போது நாம், ஸ்ரீராமபிரம்மம் வீட்டுக்குப் போகிறோம்' என்றதும் எனக்குத் திக்கென்றது. அவர் சினிமா படங்கள் எடுக்கிறவர் ஆச்சே! அப்பாவின் நண்பர்கள் பலர் சினிமா இண்டஸ்டரியில் இருந்தார்கள். அவர்களைப் பார்க்க என்னை அழைத்துக்கொண்டு போனார்.

என்னை சினிமாவில் நடிக்க வைக்கப் பார்க்கிறாரோ என்று எனக்குப் பயம் வந்துவிட்டது. அந்தக் காலத்தில் திரைப்படத்தில் நடிப்பவர்களுக்கு மரியாதை கிடையாது. நடிகை என்றால் கீழாகப் பார்ப்பார்கள். எனக்கு நடிக்கப் பிடிக்காததற்கு அதுவும் ஒரு காரணம்.

அப்பா என் முகம்போன போக்கைப் பார்த்துவிட்டுச் சிரித்தார். 'நீ சின்னப் பெண் அம்மா. உனக்கு சினிமாவைப் பற்றி என்ன தெரியும்? நீ அவங்களுக்கு முன்னாடி அழாம பாடிக் காட்டினா போதும். சின்னதா ஒரு பாட்டு அவ்வளவுதான்!' என்றார். என்றாலும், எனக்கு உள்ளுக்குள் கொஞ்சமாய் உதறியது. நண்பர்கள் ஓரிடத்தில் பாயில் உட்கார்ந்து சினிமா எடுப்பதைப் பற்றிப் பேசிக்கொண்டிருந்தார்கள். நடுநாயகமாக ஸ்ரீராமபிரம்மம் ஒரு நாற்காலியில் உட்கார்ந்திருந்தார். 'குழந்தை நன்றாகப் பாடுவாள்' என்று அப்பா சொன்னார். அவர்கள் எடுக்கப் போகிற படத்தில் என்னை நடிக்க வைக்க விரும்புகிறார்கள் என்று தெரிந்தது.

அங்கிருந்த ஒருவர் 'டைரக்டர் நீ பாடணும்னு ஆசைப்படுகிறார். பயப்படாமல் பாடம்மா' என்றார். நான் 'சக்குபாய்' படத்தில் வரும் பாடலைப் பாடினேன். பயத்தில் என் கீச்சுக் குரல் நடுங்கியது. எப்படிப் பாடி முடித்தேன் என்றே தெரியாது. 'குழந்தை நன்றாகத்தான் பாடுகிறாள். ஆனால்,

பாடறதுக்கான தைரியம் போதாது; ரொம்ப சின்னப்பெண். இவளுக்கு சினிமாவில் நடிக்க வரும்னு தோணலை' என்பதாகப் பேசிக்கொண்டிருந்தார்கள். எனக்கு 'அப்பாடா' என்றிருந்தது.

'வேறு படவாய்ப்பு வந்தால் சொல்லி அனுப்புகிறேன்' என்று டைரக்டர் சொன்னதும் சந்தோஷமாக இருந்தது. ரயில் ஏறிப் பத்திரமாக ஊர்வந்து சேர்ந்தோம்" என்று முடித்தார் பானுமதி. பானுமதியின் எண்ணம் இவ்வாறிருக்க, விதியின் எண்ணம் வேறாக இருந்தது.

5. விதியின் விளையாட்டு!

கண்ணிலே இருப்பதென்ன
கன்னி இளம் மானே...
காவியமோ ஓவியமோ
கன்னி இளம் மானே...

படம்: அம்பிகாபதி

(1957)

"**வா**ழ்க்கையில் நான் முதன்முதலாக மேக்கப் போட்டுக் கொண்ட நாளை மறக்க முடியாது!" என்று தொடங்கினார் பானுமதி. 'எந்தப் படத்துக்கு?' என்றேன். "படம் எல்லாம் இல்லை. பள்ளிக்கூட டிராமாவுக்கு! அக்கம்மாதான் எனக்கு முதன்முறையாக மேக்கப் போட்டுவிட்டாள்!" கொழகொழவென்று என்னத்தையோ எடுத்து என் முகத்தில் பூசினாள். அதற்குப் பிறகு முகப்பவுடர்.

நெற்றியில் ஒரு பெரிய சிவப்பு கலர் கோடு. கண்ணுக்கு ஏதோ மை. டிரஸ் எல்லாம் போட்டபிறகு கண்ணாடியில் என் முகத்தைப் பார்த்தேன். விசித்திரமாக இருந்தது. கண்ணாடியில் நான் பார்த்துக் கொண்டிருக்கும்போதே என் தலைமீது ஒரு அட்டை கிரீடத்தை வைத்தாள். நான்தான் லட்சுமி தேவியாம்!

பள்ளிக்கூட ஆடிட்டோரியம் பெற்றோர்களாலும் பள்ளிக் குழந்தைகளாலும் நிரம்பி வழிந்தது. நான் மலேரியா பேஷண்ட் மாதிரி நடுங்கிக்கொண்டிருந்தேன்.

அப்பா ஊரில் இல்லை. அம்மா இந்த மாதிரி நிகழ்ச்சிகளுக்கு வருவது கிடையாது. அக்கம்மா மட்டும்தான் என்னுடன் இருந்தாள்.

மேடையில் அட்டையில் செய்திருந்த ஒரு பெரிய தாமரையை வைத்தார்கள். அக்கம்மா கச்சிதமாகப் புடவை கட்டிவிட்டாள். காற்றடித்த பொம்மை மாதிரி இருந்தேன். இரவல் வாங்கிய நகைகள் மட்டுமல்லாது இந்த அட்டை கிரீடம் வேறு. முதன்முதலாக ஒரு உண்மை புரிந்தது. ஒரு கதாபாத்திரத்தை ஏற்று நடிப்பது என்பது ரொம்ப கஷ்டமான காரியம்!

என்னை அட்டையால் செய்த தாமரைப் பூவின் நடுவே அக்கம்மா உட்காரவைத்தாள். மேடையில் என்னைச் சுற்றி

விளக்குகள் பிரகாசமாக எரிந்தன. பள்ளிக்கூடமே எனக்கு அந்நிய இடமாகத் தெரிந்தது. மாணவர்களின் முகங்கள் எல்லாம் பழகிய முகம் மாதிரியே இல்லை. நானே வேறு ஒரு உடம்பில் புகுந்து கொண்டுவிட்டது போல் இருந்தது.

திரை உயர்ந்தது, பார்வை யாளர்கள் படபடவென்று கை தட்டினார்கள். எனக்கு மயக்கம் வரும்போல் இருந்தது. அக்கம்மா சொன்னதைச் செய்தேன். லக்ஷ்மி கையை உயர்த்தி ஆசீர்வதிப்பது போல் நின்றேன். கடவுள் வாழ்த்து முடிந்தது.

லட்சுமியும் பின்னே ஸ்ரீராமனும்

அடுத்தது 'பாதுகா பட்டாபிஷேகம்' எனக்கு அப்பாவின் பட்டு வேஷ்டி, பட்டு அங்கவஸ்திரத்தால் டிரஸ் பண்ணிவிட்டு நெற்றியில் சிவப்பாக நாமம் வைத்துவிட்டாள். ஸ்ரீராமன் ரெடி. சீதையாக நடித்தவள் ஊரிலேயே பெரிய நகைக்கடைக்காரர் வீட்டுப்பெண். அவள் காது கழுத்தெல்லாம் நகைகள் ஜொலித்தன.

அவளைப் பார்த்து நாடக ஆசிரியர் சிரித்தார். 'அம்மா கதைப்படி சீதை காட்டுக்குப் போகணும்! நகையெல்லாம் கழற்று அம்மாயி' என்று சொல்லிவிட்டு நகைகளைக் கழற்றிவிட்டு சாதாரணப் புடவை ஜாக்கெட் போட்டுவிட்டு ஒரு மாங்கல்யச் சரடைக் கழுத்தில் மாட்டிவிடச் சொன்னார்.

இதைப் பார்த்ததும் அந்தப் பெண்ணின் பெற்றோர், உறவினர்களுக்கு எல்லாம் கோபம் வந்துவிட்டது. 'எங்கள் பெண் இப்படி பரம ஏழையாக நடிக்க மாட்டாள். எல்லா நகையும் இவளுக்குப் போட்டுவிடுங்கள். இல்லாவிட்டால் வேறு யாராவது காட்டுக்குப் போகட்டும்! எங்கள் பெண் நகை இல்லாமல் காட்டுக்குப் போகமாட்டாள்!' என்றார்கள்.

கடைசியாக, சீதை வேடத்துக்கு ஓர் அழகான, நிஜமாகவே ஏழைப்பெண் கிடைத்தாள். லட்சுமணன், பரதன் கதாபாத்திரங்களில் நடிக்கவும் பெண்கள் கிடைத்துவிட்டார்கள்.

நான் என் முகத்தைக் கண்ணாடியில் பார்த்தேன். அடக்கடவுளே ராமன் முகத்தில் இப்படி ஒரு அசட்டுக் களையா? நான் நடிக்கவே இல்லை. அக்கம்மா சொன்னதைச் செய்தேன். அக்கம்மாதான் என் முதல் டைரக்டர். நாடகத்தில் என் நடிப்பை எல்லோரும் புகழ்ந்தார்கள். மறுநாள் காலை நான் பள்ளிக்கூடம் போகும்போது 'பாதுகா பட்டாபிஷேக' ராமன் அதோ போகிறான் என்று மாணவர்கள் கத்தினார்கள். எனக்கோ வெட்கம். அந்த வேடத்தை ஏன்தான் போட்டோமோ என்று தோன்றியது.

இப்போதுகூட நான் காரில் போகும்போது என்னைப் பார்த்து 'அதோ பானுமதி! பானுமதி!' என்று ரசிகர்கள் கத்துவதைப் பார்க்கிறேன். அப்போது எனக்கு என் பள்ளிக்கூட நண்பர்கள் ஞாபகம் வந்துவிடும்.

அக்கம்மா எனக்கு மேக்கப் போட்டது விதியின் விளையாட்டு. வீட்டுக்கு வந்த அப்பாவுடைய நண்பர் 'வெங்கட சுப்பையா! உன் மகள் டிராமாவில் பிரமாதமாக நடித்தாள்!' என்று பாராட்டினார்.

கிராப்பு வைத்த கிருஷ்ணன்

அன்று பானுமதி அம்மையார் வீட்டுக்குள் நுழையும்போது ஒருவர் பஞ்சகச்சமும் குடுமியுமாக மாடிப்படியில் இருந்து வேகமாக இறங்கி என்னைக் கடந்துபோனார். முகத்தில் மேக்கப் களை நன்றாகத் தெரிந்தது. பானுமதி சொன்னார் "இப்போதெல்லாம் இப்படிக் குடுமிவைத்திருப்பவர்களை விநோதமான ஜந்து மாதிரி பார்க்கிறார்கள். நான் எடுக்கிற சீரியலில் சாஸ்திரிகள் வேஷத்தில் நடிக்க நீங்கள்தான் மாட்டேன் என்று சொல்லிவிட்டீர்களே!"

உண்மைதான் சீரியலுக்காக என் அழகான கிராப்பை என்னதான் மேக்கப் என்றாலும் தியாகம் செய்ய நான் விரும்பவில்லை. கிராப்புத்தலையை நான் தடவிக்கொள்வதைப் பார்த்தபடி சொன்னார். "கிராப்புத் தலை காரணமாக எங்கள் கிராமத்தில் நடந்த விபரீதமான, ஏன் வேடிக்கையான சம்பவத்தைச் சொல்கிறேன் கேளுங்கள்" என்று நினைவுகளுக்குத் தாவினார் பானுமதி.

"அப்பாவழி உறவினர் ஒருவர் தன்னுடைய இரண்டு பிள்ளைகளை எங்கள் வீட்டில் படிப்பதற்காகக் கொண்டுவந்து விட்டிருந்தார். பையனின் பெயர் முத்துக்கிருஷ்ணன். பெண்ணின் பெயர் நாகவள்ளி. இருவரும் சரியான போக்கிரிக் குழந்தைகள். நாகவள்ளிக்கு என்மீது பொறாமை. ஏதாவது என்னை வம்புக்கு இழுத்துக்கொண்டே இருப்பாள். கிருஷ்ணன் செய்கிற வம்புகள் எல்லைமீறிப் போயின.

அம்மா மோரைக் கஷ்டப்பட்டுக் கடைந்து எடுத்த வெண்ணெய்யைத் திருடித் தின்பதிலிருந்து, பள்ளிக்குப் போகாமல் மட்டம் போட்டுவிட்டு ஊர் சுற்றுவதுவரை அவன் செய்கிற துடுக்குத்தனங்கள் கொஞ்சமல்ல. பள்ளிக்கூட டிராமாக்களில் நடிப்பதில் கிருஷ்ணனுக்கு ஆர்வம். படிக்கவே மாட்டான்.

பெண்கள் பின்னால் சுற்றுவான். எங்கள் ஊரில் இருந்த சிவன் கோயில், கிருஷ்ணன் கோயில், ராமர் கோயில் ஆகிய மூன்று

கோயில்களின் அர்ச்சகர்களின் பெண்களுக்கும் அப்போதுதான் கல்யாணம் முடிந்திருந்தது. இன்னும் புகுந்தவீடு செல்லவில்லை.

இவன் அந்தப் பெண்களைச் சுற்றிவர ஆரம்பித்தான்! ஒவ்வொரு கோயிலின் பின்புறம் பிரகாரத்தில் இருக்கும் நந்தவனத்தில் அந்தப் பெண்களை ரகசியமாகச் சந்திப்பான்! அவர்கள் பிரியத்துடன் தருகிற புளியோதரை, தயிர்சாதம், எலுமிச்சை சாதம் என மூன்று வகையான பிரசாதங்களைச் சாப்பிட்டுவிட்டுக் குண்டாகிக்கொண்டே வந்தான். மூளை மழுங்கிக்கொண்டே வந்தது.

கிருஷ்ணனின் காதல் விவகாரம் பள்ளிக்கூட ஆசிரியருக்கும் தெரிந்துவிட்டது. இவன் எப்போது பார்த்தாலும் கோயில்களுக்கு வரும் பெண்களின் பின்னாடியே சுற்றுகிறான். படிப்பதே கிடையாது என்று புகார் கிளம்பியது. 'அவனைக் கையும் களவுமாகப் பிடிக்க வேண்டும்' என ஒரு பெண்ணின் தகப்பனார் முடிவுசெய்துகொண்டார்..." என்று சொல்லி நிறுத்த, எனக்கோ கிருஷ்ணன் மாட்டியிருப்பானோ என்ற எண்ணம் எழுந்தது.

6. கிருஷ்ண தேவராயரும் கொய்யாப்பழமும்

மயங்காத மனம் யாவும் மயங்கும்
மயங்காத மனம் யாவும் மயங்கும்
அலைமோதும் ஆசை பார்வையாலே
அழகின் முன்னாலே ஓ ராஜா

படம்: காஞ்சித்தலைவன்

கிராப்பு வைத்த கிருஷ்ணன் கதையை பானுமதி தொடர்ந்தார்.

"அப்போது அப்பா ஊரில் இல்லை. என்னதான் நடக்கிறது பார்ப்போம் என்று ஒரு நாள் ராமர் கோவிலுக்குப் போனேன். பகல் மூன்று மணி. கோயிலின் வெளிப்புறக் கதவு சாத்தியிருந்தது. கோயிலில் யாரும் இல்லை. கோயிலுக்குப் பின்னாலிருந்த பெரிய ஆலமரத்தின் நிழலில் நின்றேன். புழுக்கத்துக்கு இதமாகக் காற்று வீசியது. மரத்துக்கு அந்தண்டைப் பக்கம் மதில்சுவர் மறைவில் பேச்சுக்குரல் கேட்டது. போய்ப்பார்த்தால் அர்ச்சகரின் மகளும் கிருஷ்ணனும் அரட்டை அடித்துக்கொண்டிருந்தார்கள். அந்தப் பெண்ணை எனக்குத் தெரியும். கல்யாணம் முடிந்து மூன்று மாதம்கூட ஆகவில்லை.

கிருஷ்ணன் பிரசாதத்தை ருசித்துச் சாப்பிட்டபடி அவள் கன்னத்தை நிமிண்டினான். அவளோ அவன் கிராப்புத் தலையை ஆசையுடன் கோதினாள். அந்தப் பெண் மீது கோபம் வந்தது.

அதேநேரம் அவளை நினைத்து வருத்தமாகவும் இருந்தது. அவள் கணவன் குடுமி வைத்திருந்தான். கூன் போட்டு பெண்பிள்ளை மாதிரி நடப்பான். அது ஒரு கட்டாயக் கல்யாணம். அந்த ஆலமரத்தடி சந்திப்பு நடந்த நேரத்தில் பெண்ணின் தகப்பனார் வந்துவிட்டார். கிருஷ்ணன் கையும்களவுமாகப் பிடிபட்டுவிட்டான்.

மறுநாள் அவர் வீடுதேடி வந்துவிட்டார். அவரை சமாதானம் செய்து, 'உங்கள் மகளையும் கண்டித்து வையுங்கள். முதலில் அவளை மாமியார் வீட்டுக்கு அனுப்புங்க' என்றாள் அம்மா. 'நீங்கள் சொல்வது சரிதான் அம்மா' என்று சொல்லிவிட்டுப்போனார். 'ஏண்டா இப்படிக் கல்யாணமான பெண்கள் பின்னால் சுற்றுகிறாய்?' என்று கிருஷ்ணனை அம்மா திட்டினாள் 'நான் என்ன செய்வேன் அம்மா? அந்தப் பெண்கள்தான் என் பின்னாடி வருகிறார்கள்.

என் கிராப்பு அழகாக இருக்கிறதாம்! அவர்களுக்கு பிடித்தமில்லாத மாப்பிள்ளைக்கு ஏன் கட்டிவைக்கவேண்டும்? அவங்க கஷ்டத்தைச் சொன்னார்கள், கேட்டது தப்பா?' என்று சொல்லிக்கொண்டே கண்ணாடியைப் பார்த்தபடி கிராப்புத்தலையைச் சரிசெய்யத் தொடங்கிவிட்டான்.

மறுநாள் மூன்று பெண்களின் தகப்பனார்களும் அவரவர் மாமியார் வீட்டுக்கு பெண்களைப் 'பேக்' பண்ணி அனுப்பிவிட்டார்கள் என்பதைச் சொல்லவும் வேண்டுமா?" என்று சொல்லிவிட்டுச் சிரித்தார் பானுமதி.

பேசுவதற்குமுன்னால் ஒருமெல்லிய பாடலை முணுமுணுப்பது பானுமதி அம்மையாரின் வழக்கம். சிலநேரம் பாடல் வரிகள் விளங்காவிட்டாலும் ராகம் பரம சுகமாக இருக்கும். அன்றைக்கும் அப்படித்தான் என்ன பாடல், என்ன ராகம் என்று புரியாத ஒரு இசை மீட்டல் அவரிடமிருந்து வந்துகொண்டிருந்தது. இது என்ன பாடல் அம்மா... ரொம்ப நன்றாக இருக்கிறதே என்று கேட்டேன்.

"அதுவா? 'வரவிக்ரேயம்' என்ற தெலுங்குப் படத்தில் அறியாத பெண்ணான காளிந்தியாக நான் நடித்தபோது பாடிய பாடல்! அது என் முதல் படம். 'பலுகவேமி நா தெய்வமா?' தெய்வமே எனக்குப் பதில் சொல்ல மாட்டாயா?

தஞ்சாவூர்க் கவிராயர் ● 39

தியாகராஜ சுவாமிகளின் கீர்த்தனை. அப்போதிருந்த என் மனநிலைக்குப் பொருத்தமான பாடல். அதைப் பற்றித்தான் இப்போது உங்களுக்குச் சொல்லப்போகிறேன்" என்று தொடர்ந்தார். சொல்லட்டும் கேட்போம்.

அம்மாவின் அதிர்ச்சியும் அறிமுகப் படமும்

"அப்பாவுக்குக் கர்னாடக சங்கீதத்தில் அபார ஞானம். எம்.எஸ்.சுப்புலட்சுமியின் பாட்டு என்றால் அவருக்கு உயிர்.

வீட்டில் கிராமபோன் ரிகார்டுகளைப் போட்டுவிட்டு தான் ரசிப்பதோடு என்னையும் கவனிக்கும்படி சொல்வார். கேட்டதை என்னையே பாடிக்காட்டச் சொல்லிக் கண்ணைமூடிக் கேட்டபடி ரசிப்பார். கடவுளின் கிருபையால் எனக்கு இயற்கையிலேயே இனிமையான சாரீரம் வாய்த்திருந்தது. அது மட்டுமில்லாமல் ஏதாவது ஒரு ராகத்தை ஒருமுறை கேட்டதும் அதை அப்படியே அச்சு அசலாகத் திரும்பப் பாடிவிடுவேன்.

புகழ்பெற்ற டைரக்டர் சி. புல்லையா அப்போது 'வரவிக்ரேயம்' என்ற படத்தை எடுத்துக்கொண்டிருந்தார். அதில் சங்கீதஞானம் மிகுந்த காளிந்தி என்ற சிறுமி வேடத்துக்கு ஒரு

பெண் தேவைப்பட்டாள். அந்தப் படத்தில் பாடல்கள் நிறையப் பாடுகின்ற வாய்ப்பும் இருந்தது. சினிமா சம்மந்தப்படாத அல்லது சினிமாக்காரர்கள் குடும்பத்தைச் சேராத சினிமாவுக்கே புதுசாக அந்தப் பெண் இருக்க வேண்டும் என்பது புல்லையாவின் விருப்பமாக இருந்தது. புல்லையா என்னைக் காண விரும்பினார். பாடல்கள் பாடும் வாய்ப்பு, அந்தப் படத்தில் நிறைய இருப்பதால் அப்பாவுக்கும் இந்த ஏற்பாடு பிடித்திருந்தது.

அம்மாவிடம் இதைப் பற்றிச் சொன்னார். அம்மாவுக்கு இதைக் கேட்டதும் பயங்கர அதிர்ச்சி. சினிமா உலகத்தைப் பற்றி நல்லதும் கெட்டதுமாக அவள் பலவிஷயங்கள் கேள்விப்பட்டிருந்தாள். 'ஐயையோ! வேண்டவே வேண்டாம்! சினிமாவில் சேர்ந்த பெண்கள் கெட்டுப் போய்விடுவார்கள் என்று கேள்விப்பட்டிருக்கிறேன்' என்ற அலறிய அம்மாவைப் பார்த்து சிரித்துவிட்டு அப்பா சொன்னதை இன்றுவரை மறக்கமுடியவில்லை. 'அடி அசடே! எங்கே இருந்தாலும் கெட்டுப்போகிறவர்கள் கெட்டுப்போவார்கள்.

இது தெரியாதா உனக்கு? எங்கேயுமே போகாமல் வீட்டிலேயே அடைந்து கிடக்கும் பெண்ணும் கெட்டுப்போவாள்! நாம் நல்ல குணத்தோடு இருந்தால் நம்மைச் சுற்றிய உலகமும் நல்லதாகவே இருக்கும். எல்லாம் நாம் நடந்துகொள்வதைப் பொறுத்துதான் இருக்கிறது. என் மகள் மீது எனக்கு நம்பிக்கை இருக்கிறது! கவலைப்படாதே. அவளைக் காப்பாற்ற நான் இருக்கிறேன்!' என்றார். அந்தக் கணத்தில் அப்பாவின் மீது எனக்கிருந்த மரியாதை கூடியது.

டைரக்டர் புல்லையாவைச் சந்திக்க நாங்கள் ராஜமுந்திரிக்குப் புறப்பட்டுப் போனோம். எங்களை ராஜமுந்திரியில் இருந்து ஆந்திரா சினி ஸ்டுடியோவுக்கு அழைத்துப் போனார்கள். ஸ்டுடியோவின் கட்டிடம் பெரிதாகவும் பாழடைந்தும் காணப்பட்டது. ஏன் ஸ்டுடியோ இவ்வளவு மோசமாக இருக்கிறது என்று புரியவில்லை.

ஆனால், எனக்கு அந்த ஸ்டுடியோவைப் பிடித்ததற்கு அங்கிருந்த கொய்யாமரங்கள்தாம் காரணம். ஒவ்வொரு கொய்யாவும் குண்டு குண்டாக இருந்தது. அவ்வளவு பெரிய கொய்யாவை நான் பார்த்ததே இல்லை. 'அப்பா அந்தக் கொய்யாக்காயைப் பறிக்கலாமா?' என்று கேட்டேன். சிறுவயதில் இருந்தே எனக்குக் கொய்யா என்றால் மிகவும் பிடிக்கும். அதுவும் செங்காய்கள் என்றால் ரொம்பவே இஷ்டம்.

பக்கத்தில் நின்றுகொண்டிருந்த ஸ்ரீ பி.என். ரெட்டியிடம் கொய்யாமீது எனக்கு இருந்த அளவு கடந்த ஆசையைச்

சொன்னேன். 'அதுக்கென்ன மல்லேஸ்வரி படத்தில் ஒரு கொய்யாப்பழ சீன் வச்சிடுவோம்!' என்றார். அவர் தமாஷ் பண்ணுகிறா ரென்று நினைத்தேன். ஆனால், மல்லேஸ்வரி படத்தில் உண்மையில் ஸ்ரீ கிருஷ்ணதேவராயருக்கு நான் கொய்யாப் பழங்கள் அன்பளிப்பாகக் கொடுக்கிற மாதிரி ஒரு சீனை அமைத்துவிட்டார் என்று சொன்ன பானுமதி முகத்தில் புன்னகை தவழ்ந்தது.

7. தொட்டுப்பேசக் கூடாது!

சம்மதமா? நான் உங்கள்
கூடவர சம்மதமா?
சரிசமமாக நிழல்போல நான்
உங்கள் கூடவர சம்மதமா?

படம்: நாடோடி மன்னன்

பானுமதி சொன்ன கொய்யாப் பழக் கதை சுவையாக இருந்தாலும் அவர் சாப்பிட்ட கொய்யாப்பழம் அப்படி இல்லை. முதல் படத்தின் படப்பிடிப்பில் நடந்த சம்பவங்களிலிருந்து தனது நினைவுகளைத் தொடர்ந்து பகிரத் தொடங்கினார் பானுமதி.

"நான் பறித்துக்கொண்டு வந்த கொய்யாப் பழங்களை அப்பாவின் முன்னால் கொட்டினேன். ஒரு பழத்தை எடுத்துக் கடித்தேன். ஒரே துவர்ப்பு. உடனே அப்பா, 'இது கல்கத்தா ரக கொய்யா அம்மா. அப்படித்தான் இருக்கும். ரொம்ப சாப்பிட்டால் தொண்டை கட்டிக்கும். நாளை நீ புல்லையாவிடம் பாட்டு பாடிக் காண்பிக்கணும் மறந்துடாதே'.

அவர் கூறியதைக் கேட்டதும் நான் டல்லாகி விட்டேன். கடவுளே நான் மட்டும் சினிமாவுக்குச் சரிப்பட மாட்டேன்னு சொல்லிவிட்டால் எவ்வளவு நன்றாக இருக்கும்.

சினிமா பற்றிய கவலை இல்லாமல் படிக்கலாம்; விளையாடலாம். நான், அப்பா, அவர் நண்பர் மூணு பேரும் அன்று 'மோகினி பஸ்மாசுரா' படம் பார்க்கப்போனோம்.

புகழ்பெற்ற நடிகை புஷ்பவல்லி மோகினியாக நடித்தார். அப்படியே மோகினியாகவே மாறிவிட்டார். புஷ்பவல்லி பாடத் தொடங்கினார். பாட்டும் நன்றாக இல்லை. குரலும் ஒத்துப்போகவில்லை. வாயசைப்பு மோசம்.

எனக்கும் அப்பாவுக்கும் பிடிக்கவேயில்லை. 'பாடத் தெரியாவிட்டால் ஏனய்யா இப்படிப் பாடவைக்கிறீர்கள்?' என்று அப்பா கேள்வி கேட்டார். 'என்ன சார் செய்வது? அந்த அம்மாதான் ஹீரோயின். எனக்கு அவரைவிட நன்றாகப் பாடத் தெரியும் அதுக்காக நான் அவரது ரோலை செய்ய முடியுமா, நடிக்கறவங்கதான் பாடணும்?' என்றார்.

புல்லையாவைச் சந்தித்தேன்

மறுநாள் காலை இயக்குநர் புல்லையாவைப் பார்க்கப் போனோம். நாங்கள் உட்கார்ந்திருந்த ஹாலுக்குள் புல்லையா

நுழைந்தார். இப்போதுதான் முதல் தடவையாக அவரைப் பார்க்கிறேன்.

நரைத்த தலை, கறுப்பும் வெள்ளையுமாய் மீசை. நல்ல உயரம். கட்டுமஸ்தான அழகான தோற்றம். வேட்டியும் குர்தாவும் அணிந்திருந்தார். என்னைப் பாரத்துப் புன்னகைத்தார். பிறகு கேட்டார். 'குட்டிப்பெண்ணே, உன் பெயர் என்ன?'. யாருக்குமே அவரைப் பார்த்ததும் ஒரு மரியாதை தோன்றும். மிகவும் மரியாதையுடன் அவர் கண்களைத் தவிர்த்து நான் சொன்னேன், 'பானுமதி'.

என் மனசுக்குள் ஒரு உதைப்பு. எந்தப் பாட்டைப் பாடுவது என்று எனக்குத் தெரியவில்லை. எல்லாப் பாட்டும் மறந்துபோய்விட்டது.

புல்லையா உட்கார்ந்தார். நான் குனிந்த தலை நிமிரவில்லை. 'நோ, நோ ரொம்பச் சின்னக் குழந்தை, இவள் சினிமாவுக்கு லாயக்கில்லை' என்ற வார்த்தைகள் அவர் வாயிலிருந்து எப்போது வரும் என்றிருந்தது. அவ்வளவுதான் சட்டென்று ரயிலைப் பிடித்து ஊருக்குப்போய்விடலாம். இப்படி யோசித்தபடி இருந்தேன். பிறகு துணிச்சலை வரவழைத்துக்கொண்டு 'சக்குபாய்' படத்தில் வரும் பாட்டைப் பாடினேன். புல்லையாவைப் பார்க்கும் தைரியமில்லை. எனக்கு வேர்த்துக் கொட்டியது. பாடி முடித்ததும் புல்லையா சத்தம் போட்டுச் சிரித்தார்.

'அடடே! இந்தப் பெண்தான் நாங்க தேடிக்கிட்டிருந்த காளிந்தி!' 'மிஸ்டர் வெங்கட சுப்பையா உங்க பொண்ண அழைச்சிகிட்டு நீங்க கல்கத்தா புறப்படுங்கள். அங்கேதான் படத்தை எடுக்கத் திட்டமிட்டிருக்கோம். காளிந்தி ரோலில் நடிக்க வேண்டிய ஒரு பொண்ணுக்காகத்தான் காத்துக்கிட்டிருந்தோம். கடவுளே அனுப்பிய மாதிரி உங்க பெண் வந்துவிட்டாள். காளிந்தி வேஷத்துக்கு எத்தனையோ பெண்களைப் பார்த்துவிட்டேன். ஆனால், காளிந்தியே வருவாள் என்று நினைக்கவில்லை! இந்தப் படத்தில் இந்தப்பெண்ணுக்கு நிறைய பாட்டுக்கள் பாடும் வாய்ப்பு கிடைக்கும். குரல் பிரமாதமா இருக்கு' என்றார் புல்லையா.

அப்பாவின் நிபந்தனைகள்

புல்லையா தன் உதவியாளரை அழைத்து, "ஒரு சின்ன சிக்கல். புஷ்பவல்லி படத்தில் இந்தப் பெண்ணின் தங்கையாக நடிக்கிறாள். குண்டாகவும் இருக்கிறாள். புஷ்பவல்லியைத் தங்கையாக வைத்து நிறைய ஷாட்டுகள் எடுத்தாகிவிட்டது. இந்தப் பெண்ணுக்குத் தங்கையாக நடிக்கும் உடல்வாகு புஷ்பவல்லிக்கு இல்லை. ஆகவே, நல்ல மேக்கப்மேனாகப் பார்த்து அழைத்து

வந்து இந்தப் பெண்ணுக்கு பெரிய பெண் மாதிரி தோன்றும் விதமாக மேக்கப் போடணும்' என்றார். 'அதுக்கென்ன? அப்படியே செய்கிறேன்' என்றார் அவருடைய உதவியாளர்.

ஆனால், அப்பா சில கடுமையான நிபந்தனைகளை விதித்தார். 'மிஸ்டர் புல்லையா உங்களிடம் கொஞ்சம் பேச வேண்டும்! இந்தப் படத்திலே வருகிற ஹீரோ ஆனாலும் சரி, வேறு ஆண் நடிகர் என்றாலும் சரி என் பெண்ணைத் தொட்டுப் பேசக் கூடாது. அவர்கள் தலையை எனது பெண்ணின் தோள்மீது சாய்த்துக் கொள்ளக் கூடாது' என்றார்.

அதைக் கேட்டு புல்லையா சிரித்துவிட்டுச் சொன்னார். 'கவலைப்படாதீர்கள்... இந்தப்படத்தில் ஹீரோ கிடையாது. கல்யாணத்துக்கு முந்தியே காளிந்தி கிணற்றில் விழுந்து செத்துப்போகிறாள். அதுவுமில்லாமல் இத்தனை சின்னப் பொண்ணுக்கு ஹீரோ வைக்க முடியுமா?' என்றார்.

150 ரூபாய் சம்பளம்

இயக்குநர் கூறியதைக் கேட்டு அப்பாவின் மனம் நிம்மதி அடைந்தது. 'குழந்தையை அழைச்சிட்டு அடுத்த வாரம் கல்கத்தா வாங்க. இது லோ பட்ஜெட் படம்தான். உம்ம பெண்ணுக்கு மாதம் 150 ரூபாய் சம்பளம்' சொல்லிவிட்டு மறுபடி சிரித்தார். தேடிய பெண் கிடைத்த மகிழ்ச்சியில் அவர் சிரித்ததால் அப்பா அதைப் பொருட்படுத்தவில்லை. 'பணம் ஒரு பொருட்டே அல்ல. என் மகளுக்குப் படத்தில் பாட நிறைய பாட்டுகள் வேண்டும். ஒவ்வொரு பாட்டும் லட்ச ரூபாய்க்குச் சமம். எனக்கு என் பெண் பாடுவதைக் கேட்கணும் அதுபோதும்' என்றார்.

'ஊரிலிருக்கும் என் நண்பர்களுக்குக் கொடுப்பதற்காக நிறையக் கொய்யாக் காய்களைப் பறித்துக்கொண்டு அப்பாவுடன் ரயில் ஏறினேன். என் நண்பர்களுக்குக் கொய்யாப் பழங்களைக் கொடுத்தபோது என் கண்ணில் கண்ணீர் தளும்பியது. இவர்களோடு மறுபடி விளையாடும் வாய்ப்பு கிடைக்குமா? என் பள்ளிப் பருவம் முடிவுக்கு வந்துவிட்டதா? இந்தக் கேள்விகள் என்னை வாட்டின.

இன்று இளவயது ஆண்களும் பெண்களும் படத்தில் நடிக்கத் தங்கள் படிப்பைக் கைவிடுவதைப் பார்க்கும்போது கஷ்டமாக இருக்கிறது. படிக்க முடியவில்லையே என்று நான் தேம்பித் தேம்பி அழுதிருக்கிறேன். இவர்களைப் பார்க்கும்போது பாவமாக இருக்கிறது. வருத்தமாகவும் இருக்கிறது" என்று சொன்ன பானுமதி அம்மையார் குரலில் நிஜமான கவலை ஒலித்தது.

8. நம்பியாரை நானே பார்த்துக்கிறேன்!

சலாம் பாபு... சலாம் பாபு... என்னைப் பாருங்க! தங்க கையில் நாலுகாசை அள்ளி வீசுங்க! ஏ சலாம் பாபு... சலாம் பாபு கனவு இல்லீங்க நினைவு தானுங்க கணமேனும் வீண்காலம் கழிக்காதீங்க...

படம்: அலிபாபாவும் நாற்பது திருடர்களும்

பானுமதியிடம் இயல்பாகவே நகைச்சுவை உணர்வு உண்டு. அவருடைய பேச்சிலும் எழுத்திலும் அது வெளிப்படும். மெல்லிய நகைச்சுவை இழையோட அவர் தெலுங்கில் எழுதிய 'அத்தகாரு கதலு' என்ற கதைகள் அவருக்கு ஆந்திரப்பிரதேசத்தின் தலைசிறந்த நகைச்சுவை எழுத்தாளர் என்ற அந்தஸ்தைப் பெற்றுத்தந்தன.

இக்கதைகள் தமிழில் பிரபல வார இதழில் 'மாமியார் கதைகள்' என்ற பெயரில் வெளிவந்து, அவருக்கு ஒரு வாசகர் கூட்டத்தைத் தமிழிலும் உருவாக்கித் தந்தது. மாமியார்மருமகள் சண்டையில் வருகிற நகைச்சுவைச் சம்பவங்கள் உண்மையில் பானுமதியின் வாழ்க்கையில் நிகழ்ந்தவைதாம்.

மறுபடி மாமியார் கதைகள் எழுதும் உத்தேசம் உண்டா? என்று அவரிடம் கேட்டேன்.

“எழுதினால் போச்சு. ஒரு சம்பவம் சொல்றேன்” என்று சொல்லிவிட்டு அவர் விவரித்தபோது, ஒரு மாமியார் கதை கிடைத்துவிட்டது.

அது பத்திரிகையில் பிரசுரம் கண்டது. அதைத் தவிர தமாஷாக அவர் விவரித்த சம்பவங்கள் அவ்வப்போது எழுத்துவடிவம் எடுத்து பிரசுரம் ஆனதும் உண்டு.

அப்போதெல்லாம் அவர் ஒரு குழந்தைபோல் குதூகலிப்பார்.” என்றார். ‘சகலகலாவல்லி’ என்ற பெயருக்கு ஏற்ப அவர் பல துறைகளில் தனது முத்திரையைப் பதித்தாலும் எழுதுவதுதான் அவருக்குப் பிடித்தமானது. சிறந்த எழுத்தாளருக்கான ஆந்திரப் பிரதேசத்தின் சாகித்திய அகாடமி விருதும் அவருக்குக் கிடைத்தது.

சிறப்பான நடிப்புக்கு உதவி

“அப்பாவுக்கு என் எழுத்துத் திறமைமீது அபார நம்பிக்கை. நான் திரைப்படங்களில் நடிக்க ஆரம்பித்ததும் செட்டில் இடைவேளைகளில் என் மனத்தில் தோன்றுவதையெல்லாம்

எழுதுவேன். ஸ்டுடியோக்களில் நான் சந்திக்கும் வேடிக்கையான மனிதர்கள்பற்றி பேனா சித்திரங்கள் பலவற்றைத் தீட்டியிருக்கிறேன்.

இதை கவிராஜூ என்ற எழுத்தாளர் பார்த்துவிட்டுப் பாராட்டினார். நான் உனக்குக் கதையெல்லாம் எழுதச் சொல்லித்தருகிறேன். உனக்கு காமெடிக் கதை பிடிக்குமா? சோகக்கதை பிடிக்குமா? என்று கேட்டார். 'காமெடிதான் பாப்பாவுக்கு இஷ்டம்' என்றார் அப்பா சிரித்தபடி.

கவிராஜூதான் எனக்குக் கதை எழுதக் கற்றுக்கொடுத்தார். தன் வாழ்க்கையில் நடந்த நகைச்சுவைச் சம்பவங்களை விவரிப்பார். நான் விழுந்து விழுந்து சிரிப்பேன். கவிராஜூ தந்த உற்சாகத்தில் நான் எழுதிய முதல்கதை 'மரச்சொம்பு'. அவர் அதைத் திருத்திக் கொடுத்தார். என் கற்பனைத் திறனையும் பாராட்டினார்.

எனக்குத் தரப்படும் ஸ்கிரிப்ட் சப்பென்று இருந்தால் எனக்குப் பிடிக்காது. அதில் ஏதாவது நகைச்சுவையாக வரும்படி செய்து பேசிவிடுவேன்.

நான் பேசும் வசனங்களை இப்படி நானே செய்துகொள்ளும் வார்த்தை அலங்காரங்களைப் பல இயக்குநர்கள் பாராட்டியிருக்கிறார்கள்.

வாழ்க்கையில் நான் அன்றாடம் சந்திக்கும் மனிதர்கள் ஏனோ தெரியவில்லை சீரியஸாகத்தான் இருக்கிறார்கள். எப்பவும் முகத்தையும் சீரியஸாக வைத்துக்கொள்வார்கள். எப்போது பார்த்தாலும் என்னமோ கப்பல் கவிழ்ந்து விட்டதுபோல் படுமோசமாகக் காட்சியளிப்பவர்களும் உண்டு. என் பேச்சாலும் எழுத்தாலும் இது போன்றவர்களைச் சீண்டி சிரிக்கவைப்பது எனக்குப் பிடிக்கும்.

ஒருநாள் எனது கார் ஓட்டுநர் கோவிந்து தலையைச் சொறிந்து கொண்டு வந்து நின்றான். "சொல்லப்பா என்ன விஷயம்" என்று கேட்டேன். 'உங்களை நன்றாகத் தெரியும்னு சொல்லிகிட்டு காலைலேர்ந்து ஒருவர் வந்து வெயிட் பண்றார். ஏதோ வேணுமாம்' என்றார். வந்தவர் என்னைப் பார்த்ததும் கண்கலங்கி தனது கஷ்டங்களை விவரித்து பணஉதவி கேட்டார்.

நான் மறுத்துவிட்டேன். வந்தவர் விடாப்பிடியாக 'அம்மா நீங்க நினைச்சா உதவி செய்யலாமே. நான் ரொம்ப ஏழை. உங்களைப் போன்றவர்கள் உதவினால்தான் உண்டு' என்றார்.

எனக்கு முகம் சிவந்துவிட்டது. அதாவது கார், பங்களாவோடு இருப்பதால் எனக்குக் கஷ்டமில்லை என்று நினைச்சிட்டீங்க.

இதப் பாருங்க நான் பெரிய மரம். பெரிய காத்து. நீங்க சின்ன மரம். சின்ன காத்து புரியுதா? என்றேன்.

பானுமதி கூறியதைக் கேட்டு வந்தவரால் ஏதும் பேச முடியவில்லை. ஒருவர் கஷ்டப்படுகிறார் என்பதை அவரது கண்கள் காட்டிக்கொடுத்துவிடும். வந்தவர் நானே வியக்கும் அளவுக்கு நடிகர் என்பதைக் கண்டுபிடித்தேன்.

இவ்வளவு நேரம் சிறப்பாக நடித்தவரை வெறுங்கையுடன் அனுப்ப வேண்டாமே என்று அவர் கையில் கொஞ்சம் பணம் தந்து அனுப்பிவைத்தேன்" என்று பானுமதி கூறியபோது பல்லியைக் கண்டு தாம் பயந்து நடுங்குவதை ஒரு வேடிக்கைக் கதையாக அவர் எழுதியிருந்தது என் நினைவுக்கு வந்தது.

தரைக்கு வந்த தாரகை

எம்.ஜி.ஆருடன் கத்திச் சண்டை

நான் ஆர்வத்துடன் 'நீங்கள் முழுக்க முழுக்க நகைச்சுவைப் பாத்திரம் ஏற்று நடித்திருக்கிறீர்களா?' என்று உரையாடலைத் தொடர்ந்தேன். "அதற்குத் தேவையே இல்லை. எவ்வளவு சீரியஸான கதாபாத்திரம் ஆனாலும் என்னால் லைட்டாக நடிக்க முடியும். அதை அப்படியே நகைச்சுவையாகச் செய்துவிட முடியும். என் சுபாவமே அதுதான் சார்" என்றார்.

ஒருமுறை எம்.ஜி. ஆரிடம் 'நான் வேண்டுமானால் கத்திச் சண்டை போடட்டுமா?' என்று கேட்டீர்களாமே என்று ஆச்சரியத்துடன் கேட்டேன்.

"ஆமாம் எம்.ஜி.ஆர். போடும் கத்திச்சண்டையை எவ்வளவு நேரமானாலும் அலுப்பில்லாமல் பார்க்கலாம். அவ்வளவு சுறுசுறுப்பு. வீரம் அவர் முகத்தில் தாண்டவமாடும். அன்றைக்கும் அப்படித்தான் சண்டை நீண்டுகொண்டே போனது...

எனக்கு அவசரமான வேலை இருந்தது... மிஸ்டர் எம்.ஜி.ஆர். நீங்கள் நம்பியாரோடு சண்டை போட்டு என்னைக் காப்பாத்தறதுக்கு ரொம்ப நேரம் ஆகும்போல் தோணுகிறது... என்கிட்டே கத்தியைக் கொடுங்கள்.

எனக்குக் கத்திச் சண்டை தெரியும். கொஞ்ச நேரத்தில் வில்லனைத் தோற்கடித்துவிடுகிறேன் என்றேன். செட்டில் எல்லோரும் சிரித்துவிட்டார்கள். எம்.ஜி.ஆர். உட்பட" என்று நினைவுகூர்ந்த பானுமதி குழந்தையைப் போலச் சிரித்தார்.

ஒருமுறை பிரபலமான சோப்பு கம்பெனிக்காரர்கள் அவரை அணுகித் தங்கள் சோப்புக்கட்டியின் பிரதாபங்களை எடுத்துக்கூறி, அதன் விளம்பரத்தில் நடித்துக்கொடுக்க வேண்டும் என்று கேட்டுக் கொண்டார்களாம். அவர்கள் கூறி முடிக்கும்வரை பொறுமையாக இருந்த பானுமதி அவர்களைப் பார்த்து, "இதோ பாருங்கள். என் ரசிகர்களை நான் ஒருபோதும் ஏமாற்ற மாட்டேன். நான் உங்கள் சோப்பை வாங்குவதில்லை! நான் உங்கள் சோப்பைப் பயன்படுத்துவதில்லை! உங்கள் சோப்பு எனக்குப் பிடிக்காது! போய்வாருங்கள்" என்று ஆங்கிலத்தில் பொரிந்து தள்ளிவிட்டாராம்.

❖❖❖

9. எம்.ஜி. ஆரின் கைரேகை!

உன்னைவிட மாட்டேன் உண்மையில் நானே
கபடமெல்லாம் கண்டுகொண்டேனே முன்பேதானே
பெண்ணை லேசாய் எண்ணிக்கொண்டு
பேதை என்று இகழ்ந்திடாது
அன்புசெய்தால் அமுதம் அவளே
வம்பு செய்தால் விஷமும் அவளே!

படம்: அலிபாபாவும் நாற்பது திருடர்களும்

ஒருநாள் பானுமதியிடம் கேட்டேன். 'பேசும்போது அடிக்கடி பிராப்தம், விதி என்றெல்லாம் சொல்கிறீர்கள். உங்களுக்குக் கைரேகை, ஜோதிடம் இதிலெல்லாம் நம்பிக்கை இருக்கிறதா?" பதிலேதும் சொல்லாமல் என்னை ஓர் அறைக்குள் அழைத்துச் சென்றார். அங்கிருந்த பீரோவைத் திறந்து "பாருங்கள்" என்றார்.

அந்த பீரோ முழுவதும் அவர் சேகரித்து வைத்திருந்த ஜோதிடம் தொடர்பான கிரந்தங்கள், புத்தகங்கள்! கைரேகை ஆராய்ச்சி சம்பந்தப்பட்ட நூல்களையும் காண்பித்தார். பழஞ்சுவடிகள் சிலவும் அங்கே இருந்தன.

"ஜாதகம்கறது ஏதோ பொய் புனைசுருட்டு கிடையாது. அது கணிதம். சின்ன வயசிலிருந்தே எனக்கு இதிலெல்லாம் ஈடுபாடு உண்டு.

படப்பிடிப்பு இல்லாத நேரத்தில் வீட்டிலிருக்கும் நாடி கிரந்தங்களில் மூழ்கிவிடுவேன்" என்றவர், அதை முறைப்படி கற்றுக்கொண்டதையும் தெரிவித்தார். "சிவலிங்க வீரேசலிங்கம் என்று ஒரு சித்த புருஷர் இருந்தார். அவரிடம்தான் கைரேகை, ஜோதிடக் கலையைக் கற்றுக்கொண்டேன்.

எம்.ஜி.ஆரின் கைரேகையைப் பார்த்து அந்தக் காலத்திலேயே அவருக்கு ஆருடம் சொல்லி இருக்கிறேன் தெரியுமோ?" என்றவரைப் பார்த்து ஆச்சரியம் விலகமால் 'அப்படியா?' என்றேன். "ஆமாம் சார்.. அப்போது தமிழ், தெலுங்கு, இந்தி என்று பல படங்களில் நடித்துப் பிரபலமாகி இருந்தேன். 'மலைக்கள்ளன்' படப்பிடிப்பில் 'புதுமுகம்' என்று சொல்லி எனக்கு எம்.ஜி.ராமச்சந்திரனை அறிமுகப்படுத்திவைத்தார்கள்.

கையை காட்டிய எம்.ஜி.ஆர்.

எம்.ஜி.ஆரின் முகத்தில் ஒரு காந்தசக்தி இருந்ததைக் கவனித்தேன். நடை உடை பாவனைகளில் ஒரு பெரும்போக்கும் நாகரிகமும் தெரிந்தது. மரியாதையாக என்னை 'அம்மா' என்றுதான் கூப்பிடுவார். பானுமதி என்று சொல்லவே மாட்டார். ஸ்டுடியோவில் பணியாற்றும் லைட் பாயைக்கூட 'சாப்பிட்டாச்சா?' என்று கேட்டுவிட்டுத்தான் சாப்பிட உட்காருவார்.

சினிமாவில் மட்டுமல்ல; நிஜவாழ்க்கையிலும் அவர் ஒரு ஏழைப்பங்காளர்தான். ஒருநாள் படப்பிடிப்பு இடைவேளையின்போது கிரீடத்துடன் மன்னர்வேடம் அணிந்து அமர்ந்திருந்த எம்.ஜி.ஆரையே கவனித்தபடி இருந்தேன். நிச்சயமாக இவர் போன ஜென்மத்தில் ஏதோ ஒரு தேசத்தின் மன்னராகவோ இளவரசராகவோதான் இருந்திருக்க வேண்டும் என்று என் மனசுக்குப் பட்டது. அப்படி ஒரு கம்பீரம். அது நடிப்பால் வருவதல்ல.

நானே எம்.ஜி.ஆர் அருகில் சென்று 'மிஸ்டர் ராமச்சந்திரன் உங்கள் கையைக் காட்டுங்கள். எனக்குக் கொஞ்சம் கைரேகை ஜோதிடம் தெரியும் என்றேன். அவர் கூச்சத்துடன் 'வேண்டாம் அம்மா எனக்கு இதில் எல்லாம் நம்பிக்கை கிடையாது' என்றார். சுற்றி இருந்தவர்கள் வற்புறுத்தலால் கையைக் காண்பித்தார். பார்த்த உடனே சொல்லிவிட்டேன். "மிஸ்டர் ராமச்சந்திரன் நீங்கள் பிற்காலத்தில் பேரும் புகழும் பெறப் போகிறீர்கள்! இந்த உலகமே கொண்டாடும் உன்னத ஸ்தானத்தை அடைவீர்கள்! ஆனால் சினிமாவால் அல்ல" என்று நான் கூறியதும் எல்லோரும் கை தட்டினார்கள்.

அவர் கைகூப்பி வணங்கி 'நன்றி அம்மா' என்றார் புன்னகையுடன். பின்னர் அந்தச் சம்பவத்தை மறந்துவிட்டேன். பல வருடங்கள் கழித்து எம்.ஜி.ஆர். என்ற மந்திரச் சொல்லுக்குக் கட்டுண்டு தமிழக மக்கள் அவரை ஆட்சிக் கட்டிலில் அமர்த்தியபோது கலைத் துறையினர் சார்பாக சென்னையில் பிரம்மாண்டமான பாராட்டுக்கூட்டம் நடந்தது. நான் மேடைக்குக் கீழே முன்வரிசையில் அமர்ந்திருந்தேன்.

உரையாற்றிக்கொண்டிருந்த எம்.ஜி.ஆர். அங்கிருந்து என்னைப் பார்த்துவிட்டு 'இந்த நிலைக்கு நான் வருவேன் என்று நானே எதிர்பார்க்காத காலத்தில் அன்றே என் கைரேகையைப் பார்த்து பானுமதி அம்மையார் கணித்துச் சொன்னார். அவரது ஆரூடம் பலித்துவிட்டது' என்றார். அரங்கத்தில் கை தட்டல் அடங்க வெகுநேரமாயிற்று" என்றவர் என்னைக் கூர்ந்து பார்த்து, "உங்கள் ஜாதகத்தை நாளைக்குக் கொண்டுவாருங்கள் பார்க்கலாம்" என்றார் பானுமதி.

எனக்கு இதிலெல்லாம் நம்பிக்கை இல்லாவிட்டாலும் அடுத்தமுறை சென்றபோது, என் ஜாதகம் எழுதிய பழைய செல்லரித்த நோட்டுப் புத்தகத்தைக் கொடுத்தேன். புரட்டிப் பார்த்துவிட்டு "சரிதான்..! நான் நினைச்சபடிதான் இருக்கு" என்றார்.

நான் சற்று ஆவல் அதிகமாகி 'என்னம்மா சொல்றீங்க' என்றேன். "களத்திரபாவம் சரியில்லை" என்றவர் தொடர்ந்தார்.

"மனைவியால் பெரிய சந்தோஷம் கிடைக்காது. சஞ்சலம்தான்" என்றவரைப் பார்த்து 'உண்மைதான்' என்று சொன்னேன்.

பானுமதி, "உங்க மேல உங்க மனைவிக்கு ரொம்ப ஆசை உண்டு. ஆனால் காரணமில்லாமல் ஒரு ஊடல் இருந்துகிட்டே இருக்கும்." என்றார். அட! 'இன்னிக்குக் காலையில் கூட ஊடல்தான் அம்மா' என்றேன். "நான் கொடுக்கிற செக் உங்க ஊடலைச் சரிபண்ணிடும்னு நினைக்கிறேன்" என்று ஏதோ ஞானதிருஷ்டியால் பார்த்த மாதிரிப் பேசிய பானுமதியை வியப்போடு ஏறிட்டுப் பார்த்தேன். "அது அப்படித்தான் சார்.

பெண்கள் பெரும்பாலும் லௌகீகமாகத்தான் இருப்பார்கள். அப்படி இருப்பதுதான் நல்லதும்கூட. லோகம் இயங்குறதுக்கு இந்த லௌகீகம் தேவை. அதனால்தான் மூன்று பிடிகளுக்கு மேல் குசேலன் கொடுத்த அவலைச் சாப்பிட வேண்டாம்னு துவாரகை கிருஷ்ணனின் கையைப் பிடித்துக் கொண்டாள் அவன் மனைவி" என்றவர் அன்று பேட்டி முடிந்து கிளம்பும்போது மறக்காமல் எனக்குக் காசோலை கொண்டுவந்துகொடுத்தார்.

கைரேகை பார்ப்பதைக் கைவிட்டார்

அடுத்த சந்திப்பிலும் ஜோதிடம், கைரேகை பற்றிக் கொஞ்சம் பேச்சு தொடர்ந்தது. "கைரேகை பார்ப்பதையே கைவிடும்படியான சம்பவம் ஒன்று என் வாழ்க்கையில் நடந்தது" என்று தொடங்கினார் பானுமதி. "எங்கள் படக்குழுவின் புகைப்படப் பிரிவில் ராஜூ என்ற இளைஞன் இருந்தான். நானும் குருஜியும் (அந்த சித்த புருஷர்) படப்பிடிப்பு இடைவேளையில் உட்கார்ந்து பேசிக்கொண்டிருந்தோம். அப்போது ராஜூ வந்தான். அவரை வணங்கிவிட்டு, தன் கையை நீட்டி 'சுவாமி என் கைரேகையைப் பார்க்கணும்' என்று பவ்யமாகக் கேட்டுக் கொண்டான். குருஜி சிரித்துக்கொண்டே 'நீ பாரேன்' என்று என்னிடம் தள்ளிவிட்டார்.

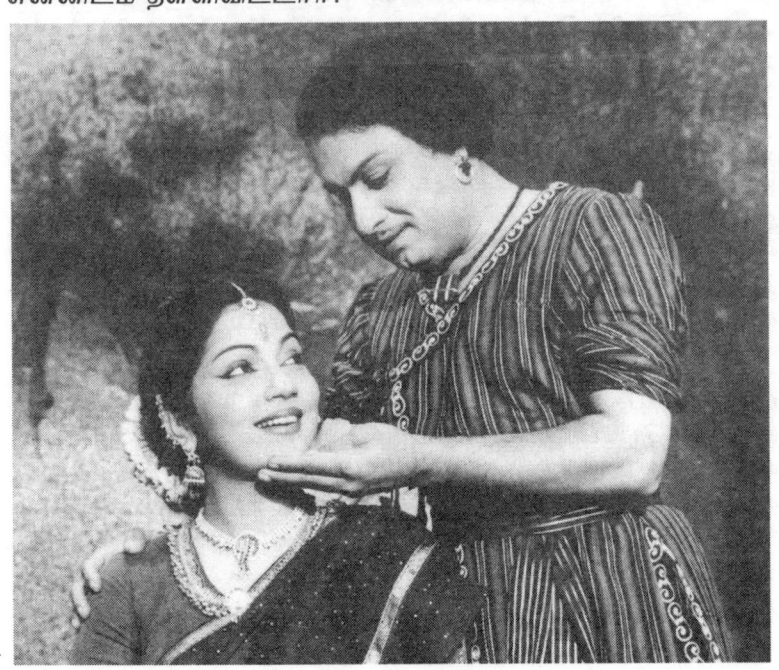

ராஜூவின் கைரேகையைப் பார்த்தேன். திரும்பத் திரும்பப் பார்த்தேன். எனக்குள் கலவரம் மூண்டது. 'எப்படி இருக்கு?' என்று கேட்டார் குருஜி. நீங்களே பாருங்கள் என்று நான் கூறியதும் குருஜி முகத்தில் சிந்தனைக்கோடுகள். 'நீ நினைத்தது சரிதான். நான் கிளம்புகிறேன்' என்று சொல்லிவிட்டு குருஜி போய்விட்டார். ராஜூவைப் பார்த்து, உன் வயது என்ன என்றேன். 'இருபத்தாறு' என்றான். கடவுளே இந்த வயதுக்கு மேல் அவன் வாழ்க்கை தொடர முடியாதே... என் மனதை அவனது ஆயுள் ரேகை பிசைந்தது. அவனிடம் பேச்சை மாற்றிப் பார்த்தேன். ஆனால், அவன் குறியாக இருந்தான். அவனிடம் உடம்புக்கு ஏதாவது? என்று நான் இழுப்பதற்குள் 'நான் நல்லாத்தான் இருக்கிறேன்" என்று சொல்லிவிட்டுப் போய்விட்டான்.

இது நடந்து கொஞ்ச காலம் கழிந்தது. என் கணவர் என்னிடம் 'அவனைக் கைரேகை பார்த்துப் பயமுறுத்திவிட்டீர்களாமே? ஆள் ஜோரா இருக்கான்!' என்று கிண்டல் செய்தார். சில மாதங்கள் சென்றன. படப்பிடிப்பில் அவசர அவசரமாக என்னை நோக்கி வந்த புரடெக்ஷன் பாய் ஒருவர், 'அம்மா நம்ம ராஜூ செத்துப்போய்விட்டான். சைனஸுக்காக ஆப்ரேஷன் செய்திருக்கான். அதில் என்னமோ சிக்கல். ரெண்டே நாள்தான் ஆஸ்பத்திரியில் இருந்தான். இன்று காலையில் போய்விட்டான்" என்றார்.

கண்முன்னால் துருதுருவென ஓடிக்கொண்டிருந்த ஒரு இளைஞனுக்கு ஏற்பட்ட திடீர் முடிவைக் கேட்டு துக்கம் தொண்டையை அடைத்தது. கண்கள் கலங்கிச் சடாரென்று துளிகள் வெளியே தெறித்தன. அந்தத் துளிகளில் துக்கத்துடன் எனது குற்ற உணர்ச்சியும் கலந்திருந்தது. எதிர் காலத்துக்குள் என்ன இருக்கிறது என்று எட்டிப் பார்ப்பதைப் போல முட்டாள்தனம் என்ன இருக்க முடியும் என்று தோன்றிவிட்டது.

அதற்குப் பிறகு கைரேகை பார்ப்பதையே விட்டுவிட்டேன்" பானுமதி பேசுவதை நிறுத்திவிட்டுப் பெருமூச்செறிந்தார். அவரது கண்கள் இப்போது கலங்கியிருந்தன. ஜன்னலுக்கு வெளியே ஒருபெரிய மாமரத்தின் கிளையிலிருந்து எதிர்காலம் பற்றிய கவலையே இல்லாமல் அக்காக் குருவி ஒன்று கத்தியது.

❖❖❖

10. சின்ன ஹலோ சொன்ன சேதி!

தியாகராய நகர் 'வைத்தியராம் தெரு'வில் பானுமதி வீட்டைக் கண்டுபிடிப்பது (அந்தக் காலத்தில்) சுலபம். வீட்டுக்கு முன்னால் இரண்டு மூன்று டூரிஸ்ட் வண்டிகள் நிற்கும். மொட்டைத் தலைகளுடன் ஆந்திர ரசிகர்கள் காணப்படுவார்கள்.

திருப்பதி ஏழுமலையான் தரிசனத்துக்குப் பிறகு நேராக பானுமதி தரிசனம். அம்மையாரின் வீட்டு காம்பவுண்டின் உள்ளே ஒரே நேரத்தில் இரண்டு மூன்று அல்சேஷன் நாய்கள் உறுமும். "கட்டிப் போட்டிருக்கு தைரியமா உள்ளே போங்க" என்பார் காவலாளி.

எங்கே பார்த்தாலும் பூந்தொட்டிகள், மரங்கள், நிழல் தரும் குளிர், ஊஞ்சல், ராதையின் ஆளுயரச் சிலை. அந்த இடமே படப்பிடிப்புக்குத் தயாராக இருப்பதுபோல இருந்தது.

குளிர்ந்த மொஸைக் படிகள். ஒவ்வொரு படி ஓரமும் வண்ண வண்ணப் பூந்தொட்டிகள். மாடி வராந்தாவின் இடது பக்கம் ஒரு அறை. அதில் டைப்ரைட்டர் சப்தம் கேட்கும். மனிதர்கள் இருப்பதற்கான சுவடே தென்படாது. அப்படி ஒரு அமைதி.

எப்போது போனாலும் ஒரு பெரிய கோப்பையில் பணிப்பெண் காப்பி கொண்டு தருவார்.

ஒவ்வொரு சொட்டாக ருசித்துப் பருகி முடிப்பதற்கும் பானுமதி அம்மையார் உள்ளே நுழைவதற்கும் சரியாக இருக்கும்.

போட்டிபோடும் நினைவுகள்

அழகான திருத்தமான நெற்றி, நெருப்புக் கோடாக ஸ்ரீசூர்ணம். கத்தரித்த புருவங்கள். அழகான நாசி. அளவான முகப்பூச்சு. பட்டுப்புடவை. கம்பீரமான, கௌரவமான தோற்றம்.

என்ன ஒரு தனித்துவம். பர்சனாலிட்டி! வயது எழுபது என்றால் நம்ப முடியவில்லை! நேரத்தை மிச்சப்படுத்த சில நேரம் காரில் சென்றபடி தன் வாழ்க்கைச் சம்பவங்களை விவரிப்பது அவர் வழக்கம்.

தன் பால்யகாலம், காதல் திருமணம், தெலுங்குப் படங்கள், எம்.ஜி.ஆர். சிவாஜி, மாடர்ன் தியேட்டர்ஸ் என்று காரின் வேகத்துக்கு இணையாக அவரது பழைய நினைவுகளும் போட்டியிடும். அவர் சொன்னதில் காதில் விழுந்தது கொஞ்சம். மனதில் விழுந்தது கொஞ்சம். நினைவில் பட்டுத் தெறித்தது கொஞ்சம்.

பாண்டிபஜார் பக்கம் கார் திரும்பியதும் "எனக்கு பீடா வேணுமே" என்றார். கோவிந்து ஓடிப்போய் வாங்கிவந்தார். ஒன்று இரண்டல்ல, ஒரு அட்டைப் பெட்டி நிறையச் சீராக அடுக்கிய இனிப்பு பீடாக்கள். ஒன்றை எடுத்துக் கடைவாய்க்குள் விரல்கள் படாதவண்ணம் பதவிசாகக் கொடுத்து மென்மையாக மெல்லத் தொடங்கினார்.

காருக்குள் மெல்லிய சங்கீதம் இழைய "இது என்ன ராகம் தெரியுமா?" என்று கேட்டார் பானுமதி. பட்டென்று அந்த ராகத்தின் பெயரைச் சொன்னார் கோவிந்து. திறந்த கார் கண்ணாடி வழியே பார்த்துவிட்டு, ஒரு பழக் கடைக்காரர் 'டேய் பானுமதிடா' என்று கத்திக்கொண்டே பானுமதிக்கு உற்சாகத்துடன் கையசைத்தார். அவரது அன்பை ஏற்று பானுமதியும் பதிலுக்கு கையசைக்க கார் அங்கிருந்து வீடு நோக்கி நகர்ந்தது.

காலம் உறைந்த ஒளிப்படங்கள்

கூர்க்கா ஓடிவந்து கேட்டைத் திறந்தார். கார் உள்ளே நுழைந்தது. பானுமதியின் பங்களா பழைய மோஸ்தரில் கட்டப்பட்டது. வெயில் நேரத்திலும் குளிர்ச்சியாக இருக்கும்.

சந்தன கலரில் டிஸ்டெம்பர் அடித்த வீடு. அரக்கு கலரில் கதவு, ஜன்னல்கள். பானுமதி இந்த வீட்டை அங்குலம் அங்குலமாக ரசித்துக் கட்டியிருக்க வேண்டும். அப்படி ஒரு நேர்த்தி.

பெரிய கூடம். ஒரு கல்யாணமே நடத்தலாம். கூடத்தை அலங்கரிக்கும் அழகிய சிற்பங்கள். சுவரில் பானுமதியின் புகழ்பெற்ற பழைய கறுப்பு வெள்ளைக் காவியங்களின் ஸ்டில்கள். கூடத்துக்குள் அல்ல ஒரு காலத்துக்குள் அடியெடுத்து வைப்பதான உணர்வு நம்மை ஆட்கொள்ளும்.

அந்த ஒளிப்படங்களில் ஏதோ ஒன்றிலிருந்து இறங்கி வந்தாற்போல் பானுமதி தோன்றுவார். பேசிவிட்டு மறுபடியும் ஒளிப்படத்தில் போய் உட்கார்ந்துகொள்வார். திரைப்பட ஸ்டில்கள் மட்டுமின்றி அபூர்வமான அவருடைய தனிப்பட்ட குடும்ப ஒளிப்படங்களும் அங்கிருந்தன.

நீங்கள் பார்த்தே இராத பானுமதி வீட்டு விசேஷத்தில் பெண்கள் கூட்டத்தில் பளிச்சென்று நான் தனிப்பிறவி தெரியுமா என்பது போல் பார்க்கும் பானுமதி. கணவருடன் பானுமதி. ஜனாதிபதியிடம் பரிசு வாங்கும் பானுமதி எனப் பல தோற்றங்கள். கூடத்தில் மாட்டப்பட்ட கடிகாரம் என்னவோ ஓடிக்கொண்டுதான் இருக்கிறது. ஆனால், அந்தப் படங்களில் காலம் நின்றுவிட்டது!

குறிப்பாக, ஒருபடம் நெஞ்சைக் கொள்ளைகொள்கிறது. தோள் தெரியும்படி ஒரு கறுப்பு உடை. ஆனால், விரசமில்லை. தேவதை மாதிரி நிற்கிறார். பேசும் கண்கள். அலட்சியச் சிரிப்பு. அழகு முகம். அந்தப் படத்தைப் பார்க்கிறவர்கள் சில நேரம் அதிலேயே லயித்துப் போய்விடுவதைக் கவனித்திருக்கிறேன்.

'இந்தப் படத்தில் அம்மா அப்சரஸ் மாதிரி இருக்காங்க இல்ல?' என்பார் அண்ணாசாமி. அவர் பானுமதி வீட்டின் அலுவலக நிர்வாகத்தைப் பார்த்துக் கொள்ளும் இளைஞர். பரம சாது, பேசவே மாட்டார். பக்கத்தில் இடியே விழுந்தாலும் அவர் பாட்டுக்குத் தட்டச்சு செய்து கொண்டிருப்பார்.

'சினிமாவில் பார்க்கிற அம்மா வேறே... நிஜத்தில் பார்க்கும் அம்மா வேறே. எங்களிடம் கோபமாகத்தான் பேசுவாங்க. உள்ளுக்குள் எங்கள் மீது அன்பு உண்டு. அந்த அன்பைப் பண்டிகை நேரத்தில்தான் காட்டுவாங்க!' என்றார் அண்ணாசாமி.

நான் 'எப்படி?' என்றேன். 'எங்கள் வீட்டு, மனைவி குழந்தைகளுக்கு எல்லாம் துணிமணிகள், பட்சணங்கள் எல்லாம் கொடுத்து ஆசீர்வாதம் பண்ணுவாங்க! சமையல்காரப் பெண்கள் மட்டும் மாறிக்கொண்டே இருப்பாங்க... சாப்பாடு விஷயத்தில் அம்மாகிட்ட நல்லபேர் வாங்குவது கஷ்டம்' என்றார்.

பானுமதியின் பொது நிகழ்ச்சிகளைக் கவனித்துக்கொள்ள பி.ஏ. அந்தஸ்தில் ஒரு பெண். ரொம்பச் சூட்டிகை. திரைப்படத் தயாரிப்பு, டப்பிங் வேலை, சினிமா சம்மந்தப்பட்ட விஷயங்களுக்காகத் தனியாக ஒருவர் இருந்தார். இதைத் தவிர ஒரு பெண்மணி. அவர் உடல்நலம் பேண. பெரும்பாலும் நகங்களை வெட்டி விடுவார். கால்பிடித்து விடுவார். தோட்டக்காரனுடைய இளம் மனைவி அவர்.

மதிய வேளைகளில் அம்மாவுடன் சாப்பிட அவருடைய மகன் டாக்டர் பரணி வருவார். நெடுநெடுவென்று சிவப்பாக அழகாக இருப்பார். ஷேவ் செய்த மோவாய் பச்சை சாயம் பூசியதுபோல் இருக்கும்.

கூடத்தில் எங்களைக் கடந்து அவர் செல்லும்போது அவரிடம் என்னைக் காண்பித்து "இவர் தமிழ்ல பெரிய எழுத்தாளர். என்னோட பயாக்ரபர்!" என்றார் பானுமதி. சின்னதாகப் புன்னகைத்து புருவம் உயர்த்தி 'ஹலோ' என்று சொல்லிவிட்டுச் சென்றுவிடுவார் பரணி.

11. அச்சுப்பிச்சுகளின் காதல்

பானுமதி மாறி வரும்
வானகத்து மீனே
பார்க்க உன்னைத் தேடுதடி
கன்னி இளம் மானே

படம்: அம்பிகாபதி

"**க**ல்கத்தாவுக்குப் போய் உங்கள் முதல் படத்தில் நடித்த அனுபவத்தைச் சொல்லவே இல்லையே?" என்று கேட்டேன்.

பானுமதி சிரித்தார். அந்தக் கூத்தை ஏன் கேட்கிறீர்கள்? 'வரவிக்ரேயம்' படத்தில் நான் நடித்த காளிந்தியின் பாத்திரம் ஒரு வகையில் என் சொந்த வாழ்க்கையையே பிரதிபலிப்பதுபோல அமைந்துவிட்டதை என்னவென்று சொல்ல?

நான் முதன்முதலாக செட்டுக்குப் போனேன். யாராரோ வந்தார்கள். எனக்குக் கூச்சமாக இருந்தது. 'லைட்ஸ் ஆன்' என்று யாரோ கத்தினார்கள்.

மங்கலாக இருந்த செட்டில் பளீரென்று பரவிய வெளிச்சத்தைப் பார்த்துப் பயந்துவிட்டேன். ஓடிப்போய் ஒரு தூணுக்குப் பின்னால் ஒளிந்து கொண்டேன்.

அடடா! உம்ம பெண் எங்க காளிந்தியவிட ரொம்பக் கட்டுப் பெட்டியாய் இருப்பாள் போலிருக்கே என்றார் புல்லையா.

"கொஞ்சம் இருங்கள், இந்தப் பெண்ணின் அம்மா வந்துவிடட்டும்" என்றார்.

"அம்மா எப்படி இங்கே?" என்று குழம்பிப்போன எனக்கு அப்புறம்தான் தெரிந்தது. அவர் சொன்னது என் அம்மாவாக சினிமாவில் நடிக்கும் சிவரஞ்சனியை என்று!

இயல்பான கண்ணீர்

சிவரஞ்சனி வந்தார். என்னை அன்புடன் தொட்டார். "என்ன மேக்கப்பெல்லாம் முடிஞ்சுதா?" என்று கேட்டார். எடுக்கப்போகிற காட்சியை புல்லையா விவரித்தார்.

மகளுக்கு வரன் தேடிவிட்டு அப்பா களைத்துப்போய் நுழைகிறார். சட்டையைக் கழற்றி ஹேங்கரில் மாட்டுகிறார். வரன் முடிவாயிட்டுதா? என்று அம்மா கேட்கிறார். எங்கே போனாலும் பத்தாயிரம் ரூபாய் கேட்கிறார்கள். நம்ம பெண் காளிந்திக்கு எப்படிக் கல்யாணம் நடக்கும் என்கிறார் அப்பா சோர்வுடன்.

எங்கள் வீட்டிலும் அப்பாவும் அம்மாவும் இப்படிப் பேசிக்கொண்டது நினைவுக்கு வந்தது. என் கண்ணில் நீர் தளும்பியது.

புல்லையா 'கட்' என்றார். அவ்வளவுதான் 'ஷாட்' ஓகே ஆகிவிட்டது.

"ரொம்ப இயற்கையாய் இருந்தது அம்மடு. அதுவும் நீ நின்றவிதம் பிரமாதம்" என்றார் புல்லையா.

அடுத்தநாள் ரிக்கார்டிங் ஸ்டுடியோவில் பாடல் பதிவு. மைக் என்று சொல்லி என் முன்னால் வைக்கப்பட்டது, தேன்கூடுபோல் இருந்தது.

பின்னணிப் பாடல் பதிவு என்பதே சினிமாவுக்கு அப்போதுதான் அறிமுகம். புஷ்பவல்லி சொன்னார்: "நீ அதிர்ஷ்டக்காரிதான் நாங்கள் எல்லாம் பாடிக்கொண்டே நடிக்க பட்ட கஷ்டம் உனக்கில்லை. வாயசைப்பு சரியாகவே வராது."

ஒரு முறை சோகமான காட்சி ஒன்றை புல்லையா நடித்துக் காட்டிக்கொண்டிருந்தார். அவரைப் பார்த்துச் சிரிப்பு வந்தது. சிரித்துவிட்டேன்.

அச்சுப்பிச்சுகளின் காதல்

புல்லையா என்னைப் பார்த்துக் கோபமாக இரைந்தார். இதை நான் கொஞ்சம் கூட அவரிடம் எதிர்பார்க்கவில்லை. அழுதுவிட்டேன். அழுகையை நிறுத்தவே இல்லை. புடவை நுனியால் வாயை மூடிக்கொண்டு அழுதேன். கேமரா ஓடிக்கொண்டிருந்தது. டைரக்டர் 'கட்' என்றார்.

நானோ என் விசும்பலை நிறுத்தவே இல்லை. புல்லையா சிரித்துக்கொண்டே, "உன்னை அழவைக்க வேறு வழி தெரியவில்லை அம்மா. ஷாட் எவ்வளவு நன்றாக வந்திருக்கிறது தெரியுமா?" கோபிப்பதுபோல் நடித்து என்னை அழ வைத்துப் படம் எடுத்திருக்கிறார் என்று அப்புறம்தான் புரிந்தது.

'மாலதி மாதவம்', 'தர்மபத்தினி', 'பக்திமாலா', 'கிருஷ்ண பிரேமா' போன்ற படங்களில் நான் இயக்குநர் சொன்னபடிதான் நடித்தேன். ஆனால், இதில் எனக்கு உடன்பாடில்லை. டைரக்டரின் கார்பன் காப்பிபோல் நடிப்பதால் அந்தப் பாத்திரத்துக்கு எப்படி உயிர்வரும்?.

சுயமான நடிப்பு

'சொர்க்க சீமா'வில் நடிக்கும்போதுதான் சுயமாக நடிப்பதைப் பற்றி நான் சிந்திக்க ஆரம்பித்தேன். படத்தில் எனது ரோல் என்ன, அதைச் சரியாய்ப் புரிந்துகொள்வதன் மூலம் நாம் ஏற்று நடிக்கும் பாத்திரத்துக்கு உயிர் கொடுக்க முடியும்.

நடிப்பு அனுபவம் இல்லாத டைரக்டர்கள் தாங்கள் சொல்கிறபடிதான் நடிக்கவேண்டும் என்று வற்புறுத்துவது சரியல்ல. ஆனால், இதை எத்தனை இயக்குநர்கள் ஏற்றுக்கொள்வார்கள். அவரவருக்கு என்று ஒரு பாணி இருக்கும் அல்லவா?

'வரவிக்ரேயம்' வெளிவந்தது. புதுமுகம் பானுமதி அருமையாக நடித்திருக்கிறார். காளிந்தி கதாபாத்திரமாக வாழ்ந்து காட்டியிருக்கிறார். 'சபாஷ்' என்று பத்திரிகைகள் எழுதின.

அவ்வளவுதான் வேலை முடிந்தது. வீடு திரும்பி பள்ளிக்கூடம் போக வேண்டியதுதான் என்று நினைத்தேன். அப்பாவிடம் கேட்டேன்.

"இனி, பள்ளிக்கூடம் போகலாமா அப்பா?"

அப்பா சிரித்தார்.

"புல்லையா 'மாலதி மாதவம்' என்று ஒரு படம் இப்ப உடனே எடுக்கப் போகிறாராம். பவபூபதி எழுதிய அருமையான காவியத்தைத்தான் படம் எடுக்கப் போகிறார். நீதான் கதாநாயகியாம்.

ஆனால், யோசிக்கணும் என்று சொல்லியிருக்கிறேன். உலகம் தெரியாத பெண்ணாகிய உனக்கு இந்த வேடம் சரிப்பட்டு வருமா? வேறு வேடம் ஒண்ணு இருக்கு. அதுதான் சரிப்பட்டுவரும்"

அப்பாவின் மனசு புரிந்தது. அவர் நான் நடிக்க வேண்டும் என்று விரும்புகிறார். எனக்குத் தலையில் இடிவிழுந்த மாதிரி இருந்தது!

"அப்பா! வீட்டுக்குப் புறப்படுங்கள் புல்லையாவிடம் நான் நடிக்க மாட்டேன் என்று சொல்லிவிடுங்கள்!"

இப்படிச் சொல்லிவிட்டு அறைக்குள் நுழைந்து தலையணையில் முகம் புதைத்தேன். எனக்கு அழுகையும் ஆத்திரமுமாக வந்தது!

கவிராஜூவிடம் கற்ற பாடம்

"அப்புறம் என்ன ஆச்சு?"

"மறுநாள் கவிராஜூ என்ற கதாசிரியர் என்னைக் காண வந்தார். சிரிக்கச் சிரிக்கப் பேசுவார். ரொம்ப நாளைக்கு அப்புறம் இவர் பேச்சைக் கேட்டு வயிறு குலுங்கச் சிரித்தேன்.

அவர் அப்பாவிடம் அம்முடுவுக்கு மாலதி வேடம்தான் சரியாக இருக்கும். அழகும் பாடும் திறமையும் மிக்க சின்னஞ் சிறு பெண் ருத்ராட்ச மாலை போட்டுக்கொண்டு சந்நியாசியாக வருவதை ஆடியன்ஸே விரும்ப மாட்டார்கள்!" என்றார்.

நான் பள்ளி செல்ல முடியாத குறையை கவிராஜூதான் தீர்த்துவைத்தார். அவரிடம் நிறையக் கற்றுக்கொண்டேன்.

எப்படியோ 'மாலதி மாதவம்' படத்தில் நடிக்க கவிராஜூ என்னைச் சம்மதிக்க வைத்துவிட்டார்.

'மாலதி மாதவம்' படத்தில் நான் என்ன செய்தேன், என்ன பாடினேன் என்பதெல்லாம் எனக்குத் தெரியாது. அந்தப் படத்தில் மாதவனாக நடித்தவர் புல்லையாவின் உறவினர்.

அவர் என்னைவிட அதிகக் கூச்சம் உடையவர் என்றால், பார்த்துக் கொள்ளுங்கள். நாங்கள் இரண்டுபேரும் சேர்ந்துகொண்டு அந்த இரண்டு கதாபாத்திரங்களையும் பவபூபதியையும் கொலைசெய்வதில் வெற்றிபெற்றோம்.

காதல் காட்சிகளில் நாங்கள் நளினமான உணர்வுகளையும் காதலையும் வெளிப்படுத்தவில்லை. அவர் என்னைக் கண்டு பயந்து நடுங்கினார். நானோ குனிந்த தலை நிமிரவில்லை.

நான் பயந்துபோய் அவரைப் பார்ப்பேன். அவர் சட்டென்று தலைகுனிவார். இரண்டு அச்சுப்பிச்சுகள் சேர்ந்துகொண்டு காதல் பண்ணினால் எப்படி இருக்கும்?

எங்கள் இரண்டு பேரையும் பார்த்துவிட்டு புல்லையா தலையில் கைவைத்துக் கொண்டு உட்கார்ந்துவிட்டார்.

"புல்லையா. நான் சொன்னேனா இல்லையா?" என்றார் அப்பா.

புல்லையா அழாத குறைதான். படத் தயாரிப்பாளரிடமிருந்து பண உதவி கிடைக்காதது படம் வெற்றி பெறாததற்கு மற்றொரு காரணம்.

கதை வசனகர்த்தா குழுவை விட்டு விலகிவிட்டார். அவருக்குப் படம் ஓடாது என்று தெரிந்துவிட்டது. கவிராஜூ விஜயநகரம் சென்றுவிட்டார்.

மேலும் சிலர் தங்கள் சொந்த ஊர் திரும்பிவிட்டனர். சிலர் அங்கேயே தயாரிப்பாளர் தர வேண்டிய பாக்கிக்காகச் சுற்றித் திரிந்தனர். நானும் அப்பாவும் கல்கத்தாவிலிருந்து ஊர் திரும்பிவிட்டோம்.

"இதுதான் நான் கல்கத்தாவுக்கு நடிக்கப்போன கதை" என்று புன்னகைத்தார் பானுமதி.

❖ ❖ ❖

12. பொம்மைக் கல்யாணம்

“இவ்வளவு நாளாக நான் சொல்லிக்கொண்டு வந்த என் வாழ்க்கைச் சம்பவங்களில் ஒரு பொதுவான அம்சம் இருக்கிறதே கவனித்தீர்களா?” என்று கேட்டார் பானுமதி.நான் விழித்தேன்.

“நான் சாதாரண விஷயங்களுக்கு முக்கியத்துவம் கொடுத்து சொல்லிக்கொண்டிருக்கிறேன். இதெல்லாம் எல்லோர் வாழ்க்கையிலும் நடப்பதுதானே என்று உங்களுக்குத் தோன்றலாம். ஆனால், ரொம்பச் சாதாரணச் சம்பவங்கள், சாமானிய மனிதர்களை நாம் கவனிப்பதே கிடையாது.

உண்மையில் இவை தருகிற ஆனந்தத்துக்கு ஈடு இணையே கிடையாது. இப்படி ரொம்பச் சாதாரண விஷயங்களை நாம் ரசிக்கக் கற்றுக்கொண்டால் பெரிய விஷயங்களுக்கு ஏங்க வேண்டிய தேவையே இருக்காது! இயற்கை இப்படி நம்மிடம் ஏராளமான விஷயங்களைக் கொட்டி வைத்திருக்கிறது.

கடிதத்தில் வந்த அழைப்பு

நான் அமெரிக்கா போயிருந்தபோது என் பேரக் குழந்தைகள் பனிக்கட்டிகளை வைத்து விளையாடிக் கொண்டிருந்தார்கள்.

ஆஹா! அவர்களின் முகத்தில்தான் எத்தனை மகிழ்ச்சி! பனிக்கட்டிகளுக்கும் பஞ்சமில்லை. அவர்களின் மகிழ்ச்சிக்கும் பஞ்சமில்லை! என்ன எழுத்தாளர் சார் நான் சொல்றது சரிதானே?" பானுமதி அம்மையார் சிரித்தார்.

"குச்சு வீடுதான். ஆனால், சொந்தமாக நீல வான் உண்டே!" என்ற கவிஞர் திருலோக சீதாராமின் கவிதையை நினைத்துக் கொண்டேன். பானுமதி தொடர்ந்தார்.

அப்பா உடம்பு தேறிய உடன் பம்பாயிலிருந்து அவருக்கு ஒரு கடிதம் வந்தது. அவருடைய நண்பர்தான் எழுதியிருந்தார். கடிதம் இப்படிப் போயிற்று.

அன்புள்ள வெங்கட சுப்பையா, இங்கே பம்பாயில் பிரபல டைரக்டர் பி. புல்லையா 'தர்மபத்தினி' என்ற படம் எடுக்கிறார். அதில் பானுமதி கதாநாயகியாக நடிக்க வேண்டும் என்று விரும்புகிறார். சம்மதமானால் உடனே வரவும்.

அப்பா யோசனையில் ஆழ்ந்தார். இந்த பி. புல்லையா, சி.புல்லையா போன்று பொறுமைசாலி இல்லை. முன்கோபக்காரர். படப்பிடிப்பின்போது நடிகர்களை மிகவும் மோசமாகத் திட்டுவாராம்.

அப்பா ஒரு நிபந்தனை விதித்தார். "என் மகள் கண்ணியமாக நடத்தப்பட வேண்டும்" என்ற நிபந்தனை ஏற்கப்பட்டது. அப்பா, அம்மாவுடன் பம்பாய் போய்ச் சேர்ந்தோம்.

புல்லையா சந்தேகம்

பம்பாய் ஸ்டேஷனுக்கு கார் வந்தது. கார் புறப்படுகிற நேரம் "டிரைவர் கொஞ்சம் நில்லப்பா" இன்னும் எடுத்து வைக்க வேண்டிய லக்கேஜ் இருக்கு என்றேன்.

அப்பா டிரைவரை வியப்புடன் பார்த்துவிட்டு, "அம்மா! அவர்தான் டைரக்டர் பி.புல்லையா!" என்றார் என்னிடம். நீங்கள் இவ்வளவு எளிமையாக இருப்பீர்கள் என்று தெரியாமல் போய்விட்டது என்றார் மன்னிப்பு கோரும் பாவனையில்.

புல்லையா சிரித்துவிட்டு "உங்களுக்கு என்னைப் பற்றிச் சந்தேகம் தீர்ந்துவிட்டது அல்லவா. அது போதும்" என்றார்.

நாங்கள் தங்கும் விடுதிக்கு வந்து சேர்ந்தோம். அங்கே என் வயதுகொண்ட பெண் என்னிடம் ஓடிவந்து உன் பெயர் பானுமதிதானே? இந்தப் படத்தில் உன் மாமனாராக நடிக்கப் போகிறவர் என் அப்பாதான்! என் பெயர் நாகமணி என்று சொல்லிவிட்டு நான் கேட்காமலேயே பல விஷயங்களையும் என்னிடம் கொட்டித் தீர்த்தாள்!.

பிறகு ஓடி விட்டாள். இதற்குள் என் அம்மா குளித்துவிட்டு பூஜைக்குத் தயாராகிவிட்டார். எங்கிருந்தாவது பூக்கள் கொண்டு வருமாறு என்னிடம் சொன்னார்.

நான் அறையைவிட்டு வெளியே வந்தேன். பக்கத்து அறையிலிருந்து நாகமணி என் பின்னாலேயே ஓடிவந்தாள்.

"ஏ பொண்ணே! நில்லு எங்கே போறே?" என்றாள்.

"அம்மா பூஜைக்கு பூ கேட்டாங்க. இங்கே ஏதாவது கிடைக்குமா?"

“பூ வேண்டுமானால் டவுனுக்குத்தான் போகணும்!. இதோ பக்கத்தில்தான் அக்கா சாஹிப் பங்களா இருக்கிறது. அங்கே ஒரு பூந்தோட்டம் இருக்கு. அதில் பெருசு பெருசான ரோஜாப்பூக்கள் பூத்திருக்கு. நாம் போய்த் திருட்டுத்தனமாகப் பறித்துக்கொண்டு வரலாம்.

அக்கா சாஹிப் யார் தெரியுமா? அவர்தான் ‘தர்மபத்தினி’ படம் எடுக்கும் ஸ்டுடியோ சொந்தக்காரர். அவர் பெண் ஷாலினி பெயரைத்தான் ஸ்டுடியோவுக்கு வைத்திருக்கிறார். நீ வந்தால் அந்த பங்களாவைக் காட்டுகிறேன். நாம் ரோஜாப் பூக்களை யாருக்கும் தெரியாமல் பறித்துவரலாம்” என்றாள்.

இப்படித் திருட்டுதனமாக ரோஜாப்பூக்களைப் பறிக்க எனக்குப் பிடிக்கவில்லை.

விளையாட்டுப் பொம்மைகள்

“வேண்டாம் நாகமணி. இங்கே இருக்கிற ஏதோ காட்டுப்பூக்கள் கொஞ்சம் பறிச்சுட்டுப் போறேன்” என்று சொல்லிவிட்டு, அங்கே ஏரிக்கரை ஓரம் பூத்திருக்கும் மஞ்சள் அரளிப் பூக்களைப் பறித்துக் கொண்டுவந்து அம்மாவிடம் கொடுத்தேன்.

பொம்மைக்கல்யாணம்

நானும் நாகமணியும் அந்த ஏரிக்கரைக்கு வேடிக்கை பார்க்கப் போனோம்.

அங்கிருந்து ஷாலினி ஸ்டுடியோ தெரிந்தது. அக்கா சாஹிப் பங்களா, கோலாப்பூர் நகரம் எல்லாம் தெரிந்தன. அந்தக் காட்சி என்னுள் உறங்கிக்கொண்டிருந்த ஓவிய ஆர்வத்தைத் தூண்டிவிட்டது. அதை அப்படியே படமாக வரைய கைகள் பரபரத்தன.

பல ஆண்டுகள் கழித்து பேயர்ல் எஸ்.பக் எழுதிய ‘எனது பல்வேறு உலகங்கள்’ என்ற புத்தகத்தைத் தெலுங்கில் மொழிபெயர்த்துக்கொண்டிருந்தபோது இயற்கையின் அழகை அவர் அவ்வளவு அற்புதமாக விவரித்திருப்பதற்கு அவர் கண்ட காட்சியே காரணம் என்று உணர்ந்தேன் அப்போது நான் கோலாப்பூரைத்தான் நினைத்துக் கொண்டேன்.

எங்கே பார்த்தாலும் மாமரங்கள், ஆலமரங்கள். பெயர் தெரியாத பிரம்மாண்ட விருட்சங்கள். விதவிதமான செடிகொடிகள்.

நான் கையோடு கொண்டுபோயிருந்த சிறு பெட்டியைத் திறந்து நாகமணிக்குக் காட்டினேன்.

“ஹையா! பொம்மைக்கல்யாண விளையாட்டுப்பொம்மைகள்” என்று நாகமணி குதித்தாள்.

(அந்தக் காலத்தில் ஆந்திராவைச் சேர்ந்த சிறுமிகள் பொம்மைக் கல்யாண விளையாட்டில் மிகவும் ஆர்வம் காட்டினார்கள்)

விளையாட ஆசை

"நான்தான் பெண் வீட்டு பார்ட்டியாம். நீ மாப்பிள்ளை வீட்டாராம். வரதட்சிணை தர முடியாது. நாங்கள் ஏழைகள். பெண்ணுக்கு எங்களால் முடிந்ததைப் போட்டு அனுப்புகிறோம்" என்றாள் நாகமணி, பாட்டி மாதிரி.

எனக்குச் சிரிப்பு வந்துவிட்டது. 'வரவிக்ரேயம்' கதைதான் நினைவுக்கு வந்தது.

"எனக்கு வரதட்சிணை வேண்டாம்! வரதட்சிணை கொடுப்பவர்களும் வேண்டாம்! என்றேன் நெஞ்சை நிமிர்த்தி.

"ஏய்! இது பொம்மைக் கல்யாணம்!" என்று சிரித்தாள் நாகமணி.

நாங்கள் புறப்பட்டோம். "மறுபடி எப்போது பொம்மைக் கல்யாணம் விளையாடலாம்?" என்று கேட்டேன்.

"ஏய், இங்கே பொம்மைக் கல்யாணம் விளையாட வந்தாயா? சினிமாவில் நடிக்க வந்தாயா என்று கேலிசெய்தாள் நாகமணி.

"ஆமாம்! நாளைக்கு ஷூட்டிங் இருக்கில்ல."

நாங்கள் அறைக்குத் திரும்பினோம். அப்போது புல்லையா அனுப்பியதாக ஒரு ஆள் வந்தார். நாளைக்கு ஷூட்டிங் வைத்துக்கொள்ளலாமா என்று டைரக்டர் கேட்டதாகச் சொன்னார்.

"இதுவரை எடுத்த படத்தை" ரஷ் பார்த்துவிட்டு அதில் என் மகளின் கதாபாத்திரம் எப்படிச் செய்ய வேண்டும் என்று பார்க்க வேண்டி இருக்கு. நாளை மறுநாள் வைத்துக் கொள்ளலாமே" என்றார் அப்பா.

நான் நாகமணியின் அறைக்கு ஓடினேன்.

"நாகமணி! நாளைக்கு ஷூட்டிங் இல்லை!. நாளைக்குப் பொம்மைக் கல்யாணத்தை வைத்துக் கொள்ளலாமா?" என்று கேட்டேன்.

பானுமதி அம்மையார் வீட்டு காட்சி அலமாரியில் வைக்கப்பட்டிருந்த இரண்டு ராஜாராணி பொம்மைகளும் அம்மா சொல்வதை ஆமோதிப்பது போல் தலையாட்டின.

13. நடிப்புக்குச் சம்பளமாய் நாணயங்கள்...

"**க**ல்கத்தாவுக்கு நான் 'மாலதி மாதவம்' படத்தில் நடிக்கப்போனபோது நடந்த ஒரு விசித்திரச் சம்பவத்தை உங்களுக்குச் சொல்லாமல் விட்டுவிட்டேன்" என்றார் பானுமதி. 'அதற்கென்ன இப்போது சொல்லுங்கள்!' என்று அவரது முகத்தை ஆர்வமாக நோக்கினேன்.

"கல்கத்தா ரயில் நிலையத்தில் ரயிலில் உட்கார்ந்திருந்த என் தாயார், 'யாராவது நான் சொன்னால் நம்புவார்களா... பார்க்கவே அதிசயமாக இருக்கிறது!' என்றார். நான், "என்னம்மா சொல்லுகிறீர்கள்?' என்றேன்.

இதற்கு முன்னால் கல்கத்தா போன்ற பெரிய நகரத்துக்கு என் தாயார் வந்ததே இல்லை. கிராமப்புறங்களிலேயே வசித்தவர் அவர். அவருக்கு கல்கத்தா புறப்படும்முன் ஒரு கனவு வந்ததாம். அவர் கனவில் ஒரு பெரிய ரயில்வே சந்திப்பு. அங்கே ரயில்கள் புறப்படுவதும் வந்து சேர்வதும் தெரிந்ததாம்.

இப்போது பார்க்கிற கல்கத்தா ரயில்நிலையம் மாதிரி அப்படியே இருந்ததாம். கனவில் கண்ட காட்சிகள் கண்முன்னால் தெரிவதை ஒப்பிட்டுப்

பார்த்து அம்மா முணுமுணுப்பதைப் பார்க்க ஆச்சர்யமாக இருந்தது. எனக்கும் இதுபோன்ற கனவுகள் வந்திருக்கின்றன.

ஆனால், காலை எழுந்து பார்த்தால் மறதி அவற்றை அழித்திருக்கும். அம்மாவுக்கும் அதுவே நேர்ந்திருக்கிறது. நான் மறந்துவிட்டேன். அம்மாவுக்கு நினைவிருக்கிறது. அவ்வளவுதான்" என்று நிறுத்தினார் பானுமதி.

வரப்போவதை 'கனவுகள் முன் அறிவிக்கின்றன என்று நம்புகிறீர்களா?' என்று கேட்டேன். "நிச்சயமாக..! என் தாயார் முன்பின் பார்த்திராத கல்கத்தா ஸ்டேஷன் அவர் கனவில் எப்படி வந்தது? ஏன் வந்தது? நாடி சாஸ்திரத்தில் இது பற்றி விரிவாகச் சொல்லப்பட்டிருக்கிறது.

ஷர்மா என்ற ஒரு பண்டிதர் மூலம் இந்த சாஸ்திரத்தைப் படிக்கச் சொல்லிக் கேட்டிருக்கிறேன். ஒரு வருட காலம் அவர் அதை எனக்குப் படித்துக் காண்பித்தார். அந்தச் சுவடிகளில்.. 'பரஷாரா சொப்பனாத்யாயம்' (கனவு அத்தியாயம்) என்ற பகுதி எனக்குப் பிடிக்கும். அம்மா ஏன் அப்படிக் கனவு கண்டார் என்பதற்கு அதில் விளக்கம் இருந்தது.

கனவுகள் கடந்தகாலம், நிகழ்காலம், எதிர்காலம் பற்றியவையாகத் தோன்றுவது ஒரு மாயை. உண்மையாய் ஆத்மாவுக்கு எல்லாமே நிகழ்காலம்தான். முக்காலம் என்று ஒன்றுமில்லை.." என்று நீளமாகச் சொல்லி முடித்தார் பானுமதி.

நான் என் அப்பாவை நினைத்துக் கொண்டேன். அவருக்குக் கனவுகளை நோட்டுப் புத்தகத்தில் எழுதிவைக்கும் பழக்கம் இருந்தது. நான் படித்திருக்கிறேன். ஏதோ கொலாஜ் ஓவியம்போல் இருக்கும். அவரிடம் 'கனாநூல்' என்ற புத்தகம் இருந்தது. அதில் கனவுகளுக்குப் பலன்கள்கூடப் போட்டிருக்கும்.

ஆனால், என் அறிவு இதை நம்ப மறுத்தது. மனோ தத்துவ அறிவியலாளர் சிக்மண்ட் பிராய்டு, 'கனவுகள் என்பது மூளை விழித்திருப்பதன் அடையாளம். அங்கு ஏற்கனவே பார்த்த, கேட்ட, உணர்ந்த விஷயங்களின் குழப்பமான பதிவைத் தவிர வேறு ஒன்றுமில்லை' என்பதாகச் சொல்லியிருக்கிறார்.

மேலும் இது பற்றி பானுமதி அம்மையாருடன் தொடர்ந்து விவாதிக்காது அவர் சரித்திரத்தைத் தொடர்ந்து சொல்லுமாறு வேண்டிக்கொண்டேன்.

குறும்புக்கார நாகமணி

பானுமதி தன் கதையைச் சொல்லத் தொடங்கினார். "கோலாபூரில் இதுவரை எடுக்கப்பட்ட படத்தின் காட்சிகளை அப்பாவிடம் போட்டுக் காட்டினார்கள். அன்று பிற்பகல் எங்கள் 'பொம்மைக் கல்யாண'மும் முடிந்தது. எங்களைச் சுற்றி இருந்தவர்களை அழைத்து வயிறாரச் சாப்பாடு போட்டோம். அட்சதை தூவி பொம்மை மணமக்களை வாழ்த்திவிட்டு அவர்கள் புறப்பட்டார்கள்.

அந்த நேரம் பார்த்து அப்பாவும் புல்லையாவும் வந்தார்கள். அவர்களை உட்காரச் சொல்லி இனிப்பு கொடுத்தோம். நாகமணியைப் பார்த்ததும் புல்லையா 'ஓஹோ! இதெல்லாம் இந்தப் பிசாசின் வேலைதானா? இவள் பெரிய ரவுடி அம்மா!' என்றார் என்னிடம்.

பிறகு நாகமணியிடம் 'நீ வீட்டுக்கு மூத்த பெண். அம்மாவுக்கு ஒத்தாசையாய் இருக்காமல் பானுமதியுடன் சேர்ந்துகொண்டு பொம்மைக் கல்யாணம் நடத்துகிறாயே!' என்றார். அதற்கு அவள் 'பானுமதிதான் நடத்துகிறாள், நானில்லை' என்றாள். அப்பா என்னிடம் 'என்னம்மா...நாளைக்கு ஷூட்டிங் வைத்துக்கொள்ளச் சொல்லலாமா?' என்று கேட்டார். 'உங்கள் விருப்பம் அப்பா' என்று சொன்னேன்.

மறுநாள் படப்பிடிப்பு. ஷாலினி ஸ்டுடியோஸ் சென்றோம். நாகமணியும் உடன் வந்தாள். அவள்தான் பல தகவல்களை எனக்குச் சொல்லிக்கொண்டு வந்தாள். செட்டுக்குப் போனோம். அன்று எடுக்கப்பட்ட காட்சி எனக்கு நினைவில்லை.

ஆனால், படத்தின் கதாநாயகி சாந்தகுமாரி வயிற்றைத் தள்ளிக்கொண்டு நின்றார். என்னிடம் அன்பாகப் பேசினார். நான் அவர் வயிற்றையே பார்த்துக்கொண்டிருந்தேன். நாகமணி என் காதில் 'அவள் கர்ப்பமாய் இருக்கிறாள்.

எட்டு மாதம்' என்று கிசுகிசுத்தாள். இப்படியான விஷயங்களை அவள் சொல்லிக்கொண்டிருந்தாள். எனக்குக் கூச்சமாக இருந்தது. அந்தப் பெண்மணி காதில் இது விழுந்திருக்குமோ...

நாகமணி 'இந்தப் படத்தின் ஹீரோ பொம்பளை மாதிரி நடப்பார் பாரேன். ஆம்பளையே இல்லை அந்த ஆள்' என்றாள். தன் தந்தை டிராமாக்களில் பெண் வேஷம் போட்டு இப்படித்தான் நடப்பார் என்றாள் நாகமணி. ஹீரோ வந்தார்... நாகமணி சொன்னது ஞாபகம் வந்தது. சிரிப்பாக வந்தது. நல்லவேளை அவர் எங்களைப் பார்க்கவில்லை.

ஒரு மூட்டை நாணயங்கள்

புல்லையா வந்தார். என்னை பியானோவின் எதிரில் உட்காரச் சொன்னார். நான் என்ன வசனம் பேசினேன் என்பது நினைவில் இல்லை. ஆனால் ஷூட்டிங் நேரத்தில் அப்பா குறுக்கிட்டு வசனத்தில் திருத்தம் செய்தது நினைவிருக்கிறது.

'தர்மபத்தினி'யில் என் 'ரோல்' என்னவென்பது ஞாபகமில்லை. ஆனால், அதில் இரண்டு பாட்டுகள் பாடியிருக்கிறேன். 'அனுராகமு லேகா ஆனந்தமு பிராப்தின்சுனா', 'நிலு...நிலுமா...நீலவர்ணா'

தஞ்சாவூர்க் கவிராயர் ● 75

இந்த இரண்டு பாட்டுகளும் எனக்கு பெயரும் புகழும் வரக் காரணமாக அமைந்துவிட்டன.

நாகமணியின் நட்பால் கோல்ஹாபூரில் நான் செலவழித்த நான்கு மாதங்களும் நான்கு நாட்களாக ஓடிவிட்டன. பத்துப் பன்னிரண்டு தடவைக்குமேல் பொம்மைக் கல்யாணம் நடத்திவிட்டோம்.

கோலாபூரிலிருந்து கிளம்பினோம். அப்பா என் நடிப்புக்கான சம்பளத்தை வாங்கிவரப் போனார். நான் அவரிடம் 'அப்பா நீங்க வாங்குகிற பணத்தை அப்படியே 'காயின்ஸா' (நாணயங்களா) மாத்தி வாங்கி வரமுடியுமா? எவ்வளவு இருக்கும்? என்று கேட்டேன்.

எனக்கு நாணயங்களை வைத்து விளையாடுவதில் கொள்ளைப் பிரியம். 'ஒரு சின்ன கோணிப்பை நிறைய வரும்' என்று சிரித்தார் அப்பா. 'அப்படியே வாங்கிட்டு வாங்க' என்றேன்.

அப்பா அதேபோல கிடைத்த ரூபாய் முழுவதையும் நாணயங்களாக மாற்றி வாங்கிக் கொண்டார். ஒரு சின்ன கோணிப்பை நிறைய வைத்து கட்டிக் கொடுத்தார்கள்: தூக்க முடியாமல் தூக்கி வந்து காரில் வைத்தேன். வீட்டுக்கு வந்ததும் பாயை விரித்து அவ்வளவு நாணயங்களையும் அதில் கொட்டினேன்.

ஆசை தீரும்வரை பூவா, தலையா விளையாடினேன். பிறகு அப்பாவிடம் கொடுத்துவிட்டேன். இன்றுவரை ரூபாய் நாணயங்களைச் சேகரிப்பதில் எனக்கு உற்சாகமும் ஈடுபாடும் உண்டு" என்று சொல்லிவிட்டு கலகலவென்று சிரித்தார் பானுமதி.

தரையில் கொட்டிய நாணயங்களாய் கலீரிட்டது அவர் சிரிப்பு.

14. அவரது அழகில் மயங்கிப் போனேன்!

கலைடாஸ் கோப்பில் விரியும் வண்ணச் சித்திரங்களாக பானுமதியின் வாழ்க்கைக் கதையும் சுழன்று விரிந்தது. சென்னைக்கு நடிக்க வந்த கதையைப் பகிரத் தொடங்கினார்.

"கல்கத்தாவிலும் கோலாபூரிலும் படப்பிடிப்பு முடிந்த பிறகு 'பக்திமாலா' படத்தில் நடிக்க சென்னை புறப்பட்டு வந்தோம். சென்ட்ரல் ஸ்டேஷன். தமிழ்க் குரல்களைக் கேட்கவே மனசுக்குச் சந்தோஷமாக இருந்தது. 'குழந்தை இந்தப் படத்தில் இரண்டு இடங்களில் நாட்டியம் ஆடும்படி இருக்கும்' என்றார் இயக்குநர். அடடா... என் மகளுக்கு நாட்டியம் தெரியாதே' என்றார் அப்பா. படத்தின் நடன இயக்குநர் வேம்பட்டி பெரிய சத்யம் எனக்கு முறையாக நாட்டியம் கற்றுக் கொடுக்க முன்வந்தார். 'இந்தப் படத்துக்கு எவ்வளவு தேவையோ அந்த அளவு நாட்டியம் கற்றுக் கொடுத்தால் போதும்' என்றார் அப்பா பெரிய சத்யத்திடம்.

அடம் பிடித்த நாட்டியம்

'சங்கீதம் (இசை) சாகித்யம் (இலக்கியம்) இரண்டு கண்கள் போன்றவை. பானுமதி இந்த இரண்டிலும் சிறந்து விளங்குகிறாள்.

நாட்டியம் பெரிய விஷயமே இல்லை. பானுமதி சிறப்பாக நாட்டியம் கற்றுக்கொள்ள நானாச்சு' என்றார் பெரிய சத்யம்.

ஆனால், அந்தப் படத்தில் சத்யம் சாருக்கு நான் நல்ல பெயர் சம்பாதித்துக் கொடுக்கவில்லை. சரஸ்வதி தேவி எனக்கு சங்கீதமும் சாஹித்யமும் தன் இரு கண்களாலும் பூரணமாகப் பார்த்து அருளியது என்னவோ உண்மைதான். ஆனால், நாட்டிய விஷயத்தில் அவள் பார்வை கோணலாகி விட்டது.

சின்ன வயதிலேயே நான் நாட்டியம் கற்றுக்கொண்டிருந்தால் இப்படி நடந்திருக்காது. உண்மையைச் சொல்ல வேண்டுமானால் எனக்குச் சிறு வயதிலிருந்தே நாட்டியத்தில் ஈடுபாடு கிடையாது. சுபாவத்திலேயே எனக்குக் கூச்சம் அதிகம்.

கண்களை உருட்டுவதும் கைகளால் முத்திரை காட்டுவதும் எனக்குப் பிடிக்காது. இதெல்லாம் செயற்கையாகத் தோன்றும். செயற்கையான எந்த விஷயத்தையும் செய்வதற்கு என் மனசு இடம் கொடுக்காது.

கல்கத்தாவில் 'மாலதி மாதவம்' படப்பிடிப்பின்போது எனக்குக் குதிரை ஏற்றம், தடை தாண்டுதல், கத்தி வீசுதல் போன்ற வீர விளையாட்டுகளைக் கற்றுக் கொடுத்தார்கள். இதன் விளைவாக நான் அபிநயித்த நாட்டிய முத்திரைகளில் நளினமும் மென்மையும் வெளிப்படுவதற்கு பதிலாக முரட்டுத்தனமும் கடூரமான உணர்ச்சிகளின் சாயலும் வெளிப்பட்டது.

'பக்திமாலா'வில் மீராபாய் கதாபாத்திரத்தில் நான் பாடிய பாட்டுக்கள் எனக்குப் பெயர் வாங்கித் தந்தன. நாட்டியத்தில்தான் சொதப்பிவிட்டேன். ஒரு பத்திரிகை என் நடனப் படத்தைப் போட்டு 'குழந்தை நட்சத்திரம் பானுமதி முடக்குவாத போஸில்!' என்று எழுதிவிட்டார்கள். இனிமேல் ஏதாவது படத்தில் நாட்டியம் ஆடச் சொன்னால் அந்த ரோல் செய்ய மாட்டேன் என்று அப்பாவிடம் தீர்மானமாகச் சொல்லிவிட்டேன்.

காஞ்சனமாலா எனும் நட்சத்திரம்

'பக்திமாலா' படத்தின் அலுவலகம் அப்போது தியாகராயநகர் வைத்திய ராமன் தெருவில் இருந்தது. (அதே தெருவில் நான் வீடுவாங்கிக் குடியேறுவேன் என்று அப்போது நினைத்துக்கூடப் பார்க்கவில்லை) வாஹினி அலுவலகமும் அருகில்தான் இருந்தது.

அப்பாவுடன் வாஹினி அலுவலகம் செல்வது பிடிக்கும். அதற்குக் காரணம் அங்கிருந்த மெஸ். அந்த மெஸ்ஸில் தயாராகும் முறுகல் தோசையும் மல்லிகைப்பூ இட்லியும் இன்று நினைத்தாலும் நாவில் நீரூறும். 'பக்திமாலா' படப்பிடிப்பு முடிந்து ஊர் திரும்பிவிட்டோம்.

பின்னர், 'கிருஷ்ண பிரேமா' படப்பிடிப்புக்காக நாங்கள் மீண்டும் சென்னை வந்தோம். அதே சென்ட்ரல். அதே தமிழ்க் குரல்கள். ஸ்டார் கம்பைன்ஸ் நிறுவனத்தார் எங்களுக்காக ராயப்பேட்டை ஸ்ரீபுரம் காலனியில் ஒரு வாடகை வீடு ஏற்பாடு

செய்திருந்தார்கள். அங்கே போனதும் நான் கேள்விப்பட்ட செய்தி என்னை மகிழ்ச்சியில் துள்ளிக் குதிக்க வைத்தது.

எனக்கு மிகவும் பிடித்த நடிகையான காஞ்சனமாலா அதே தெருவில்தான் குடியிருந்தார். நான் அப்பாவிடம் ஓடினேன் 'அப்பா! எப்படியாவது நாம் காஞ்சனாமாலாவைச் சந்திக்கணும் வாங்க' என்றேன். 'நமக்கு முன்பின் பழக்கமில்லாதவங்களை அப்படிப் போய் பார்க்கப்படாது அம்மா. அறிமுகம் ஆகட்டும் அப்புறம் சந்திக்கலாம்.

நீ உடனே பார்க்கணும்னு ஆசைப்பட்டா பார்க்க ஒரு வழி இருக்கு. காஞ்சனாமாலாவோட கார் இந்த வழியாகத்தான் போகும். அதில் பார்க்கலாம்' என்றார். எனக்குப் பெரிய ஏமாற்றமாகப் போய்விட்டது. ஆனால், முயற்சியைக் கைவிடவில்லை. நான் தெருவில் ஒவ்வொருமுறை கார் சத்தம் கேட்கும்போதும் ஓடிப்போய் பார்ப்பேன். ஏமாந்துபோவேன்.

இரண்டு நாள் கழித்து காலை 9 மணி இருக்கும். ஒரு பெரிய கார் அசைந்தபடி வந்தது. குறுகலான தெரு ஆகையால் கார் மிகவும் பெரிதாகத் தெரிந்தது. கார் நெருங்கியதும் தெருக் குழந்தைகளிடையே ஒரே கூச்சல். எனக்குப் புரிந்தது அது காஞ்சனாமாலாவின் கார்தான். எங்கள் வீட்டை காஞ்சனாமாலாவின் கார் கடக்க முற்பட்டபோது எதிரே ஒரு மாட்டு வண்டி வந்தது. கார் மெல்ல நின்று நின்று போயிற்று.

கையில்லாத பிளவுஸ், ஜார்ஜெட் புடவை, நல்ல செக்கச் செவேலென்ற நிறம், ஏதோ சொர்க்கத்திலிருந்து இறங்கிவரும் ரம்பையைப் போல

ஜொலித்தார். பின் சீட்டில் உட்கார்ந்திருந்த காஞ்சனாமாலாவின் பார்வை என்மீது விழுந்தது. நானும் அவரை உற்றுப் பார்த்தேன்.

அவர் தன் பெரிய கண்களைத் திறந்து என்னைப் பார்த்தார். 'யார் இந்தக் குட்டிப்பெண்?' என்று கேட்பது போல் மெலிதாகப் புன்னகைத்தார். சட்டென்று கார் நகர்ந்து வேகம் எடுத்து சென்றது.

கார் நகர்ந்தாலும் என் கால்கள் நகரவில்லை. அவரது பெரிய கவர்ச்சியான கண்கள், மாம்பழக் கதுப்புகள் போன்ற கன்னங்கள், அந்தப் புன்னகை என அவரின் தோற்றப் பொலிவு அப்படியே என் மனசில் அழியாத ஓவியம்போல் ஆகிவிட்டது. நான் அவரது அழகில் மயங்கிப் போனேன்.

படப்பிடிப்பு இல்லாத நேரத்தில் காஞ்சனாமாலாவின் கார் எங்கள் வீட்டைக் கடந்து செல்வதைப் பார்க்க காத்திருப்பேன். காரை நிறுத்தி அவரோடு இரண்டு வார்த்தை பேசமாட்டோமா என்று இருக்கும். பேசினால்தான் என்ன; அவருடைய ஆயிரக்கணக்கான விசிறிகளில் நானும் ஒருத்தி அல்லவா? நட்சத்திரங்கள் இரவில்தான் பளீரென்று தெரியும்.

பகலில் அவை தங்களின் சோபையை இழந்துவிடும். ஒரு வேளை நடிகர், நடிகைகளை இதனால்தான் நட்சத்திரங்கள் என்று அழைக்கிறார்களோ என்னவோ... வெள்ளித்திரையில் இந்த நட்சத்திரங்களைப் பார்க்கும்வரைதான் மனசு மயங்கி மகிழ்ச்சியில் துள்ளும். அந்த இமேஜைத் தக்கவைத்துக் கொள்ளத்தான் நடிக நடிகைகள் படாதபாடு படுகிறார்கள். காஞ்சனாமாலா கவர்ச்சிக்கும் அதுதான் காரணம் எனத் தோன்றியது.

சில வருஷங்கள் கழித்து காஞ்சனாமாலா மறைந்த செய்தி கேட்டு அதிர்ந்து போனேன். திரைவானில் சுடர்விட்டு ஒளி வீசிய துருவ நட்சத்திரம் விழுந்துவிட்டதை எண்ணி மனசு கனத்தது.

என் கதைக்கு வருகிறேன். 'கிருஷ்ண பிரேமா' படப்பிடிப்பு தொடங்க தேதி குறிக்கப்பட்டுவிட்டது. இந்தப் படத்தின் படப்பிடிப்பின்போது என் வாழ்வை ஒரு தென்றல் தீண்டியது! பின் அதுவே சூறாவளியாகவும் மாறியது" என்று புதிரோடு நிறுத்தினார் பானுமதி. புதிருக்குப் பின்னால் ஆச்சரியம் காத்திருந்தது!

15. அதுவொரு அழகிய காதல் காலம்!

சம்மதமா...சம்மதமா
நான் உங்கள் கூடவர சம்மதமா
சரிசமமாக நிழல்போலே
நான் உங்கள் கூடவர சம்மதமா

படம்: நாடோடி மன்னன்

"கிருஷ்ண பிரேமா' படப்பிடிப்பின்போது தான் என்னைக் காதல் எனும் தென்றல் சீண்டியது. என் வீட்டாரின் எதிர்ப்புச் சூறாவளியும் என்னைத் தாக்கியது" என்று தொடங்கினார் பானுமதி.

இதுவரை நான் பார்த்த பானுமதி வேறு. சின்னஞ்சிறு பெண்ணாக, சீரியஸான பாத்திரத்தையும் விளையாட்டாக நடித்த வெளி உலகம் அறியாதவெகுளிப்பெண்ணாகவளையவந்த பானுமதி வேறு. இந்தச் சிறுபெண்ணை காதல் எப்படித் தீண்டியிருக்கும்? அவர் சொல்லச்சொல்ல மென்மையான நேர்த்தியான, கண்ணியமான காதல் அனுபவத்தின் பக்கங்கள் என்முன் படபடத்துப் புரண்டன.

உட்ஸ் ரோட்டில் இருந்த ஸ்டார் கம்பைன்ஸ் அலுவலகத்தில் சாமிப்பிள்ளை, ராமையா (அப்போது இவர் திரைப்பட வர்த்தக சபையின்

தலைவராக இருந்ததால் பிலிம் சேம்பர் அலுவலகமும் அதுவாகவே இருந்தது) இசையமைப்பாளர் காலி பெஞ்சலா நரசிம்மராவ தப்பி தாமராவ், இயக்குநர் ஹெச்.வி. பாபு, இணை இயக்குநர் என்று பலரும் சந்திருந்தனர். அறிமுகப் படலம் முடிந்தது.

நான் முதன்முதலாக ஹெச்.வி. பாபு இயக்கத்தில் நடிக்கவிருந்தேன். ஹெச்.வி. பாபு கைக்குட்டையால் வாயைப் பொத்திக் கொண்டு சிரிப்பார். எதைச் சொன்னாலும் அத்துடன் ஒரு சிரிப்பும் சேர்ந்துகொள்ளும். அப்படி ஒரு சுபாவம். அவரைப் பார்த்து எனக்கும் சிரிப்பு வரும்.

ராமகிருஷ்ணாவைக் கவனித்தேன்

எங்களைக் கீழே உட்காரவைத்துவிட்டு ராமையா மாடிக்குப் போனார். அங்கிருந்து அவர் 'ராமகிருஷ்ணா...' என்று கூப்பிடும் குரல் கேட்டது. இதோ 'வரேன் சார்' என்று சொல்லிவிட்டு என்முன் உட்கார்ந்திருந்த இணை இயக்குநர் எழுந்து போனார். அந்த இளைஞர் வங்காளிகளைப் போல வேட்டி கட்டியிருந்தார். ஒல்லியான தேகம். எவ்வித அலட்டலும் இல்லாத எளிய தோற்றம்.

எச்.வி. பாபு படக்கதை பற்றி ஏதோ சொல்லிக்கொண்டிருந்தார். ராமையா குறுக்கிட்டு ஆங்கிலத்தில் 'அருமையான பையன் சார்' என்று ராமகிருஷ்ணாவைப் புகழ்ந்து பேசினார். ஹெச். எம். ரெட்டிக்கு அந்தப் பையனை ரொம்பவும் பிடிக்கும் 'நல்ல பையன். ஆனால், பிடிவாதக்காரன்' என்றார் எச் வி.பாபு. தப்பி தர்மராவ் சொன்னார், 'தன்னம்பிக்கை உள்ளவர்கள் அப்படித்தான் இருப்பார்கள். ராமகிருஷ்ணா ஒரு வைரம். என்றைக்காவது ஒருநாள் வாழ்வில் உயர்ந்த இடத்துக்கு வருவான் பாத்துக்கிட்டே இருங்க' என்றார். அந்த இளைஞனின் மீது அவர் கொண்டிருந்த பிரியம் அவர் வார்த்தைகளில் தொனித்தது.

நான் பார்த்தவரையில், திரைத்துறையில் பெரிய மனிதர்கள் இளைய தலைமுறையை அப்படியெல்லாம் உடனே பாராட்டிவிட மாட்டார்கள். இவரைப் பற்றி எல்லோரும் ஓஹோ என்று புகழ்வதைக் கேட்டபிறகு உள்ளபடியே இந்த மனிதர் நல்லவர்தான் போலும் என்று நினைத்துக்கொண்டேன். மாடிக்கு ஏறிச்சென்ற ராமகிருஷ்ணாவை நான் கவனிக்கவில்லை. ஆனால், இறங்கி வரும் ராமகிருஷ்ணா விசித்திரமாகத் தெரிந்தார். அவர்மீது இவ்வளவு நேரம் பொழிந்த பாராட்டு மழையே காரணம். அப்படி என்னதான் இருக்கிறது அவரிடம் என்று கூர்ந்து பார்த்தேன். அவரோ என்பக்கம் திரும்பக்கூட இல்லை. நான் செட்டுக்குள் நுழைந்தபோதுகூட, அவர் பார்வை என்மீது படவில்லை. இப்போதுகூட அவர் என்னை கவனிக்கவில்லை. ஆனால்,

அந்தக் கணத்திலிருந்து என்னை அறியாமலே என் கண்கள் அவர் இருந்த பக்கம் தாவிக்கொண்டே இருந்தன. எனக்குள் ஏதோ ஒரு எண்ணம். இந்த மனிதரை இதற்கு முன் எங்கோ எப்போதோ பார்த்திருக்கிறேன். அது போன ஜன்மமாகக்கூட இருக்கலாம் என்று தோன்றியது. "இவர் என்னுடையவர்" என்று பார்த்தமாத்திரத்திலேயே என் உள் மனசு பட்டென்று சொல்லிவிட்டது.

இதுவரை எந்த ஆண்மகனையும் நான் ஏறெடுத்தும் பார்த்ததில்லை. இவர் தோற்றமும் அப்படி ஒன்றும் சொல்லும்படி இல்லை. கட்டுமஸ்தான உடம்பு கிடையாது. குறிப்பிட்டுச் சொல்லும்படியான அந்தஸ்தும் கூட அவரிடம் இல்லை. ஒரு சாதாரண நல்ல மனிதர், அவ்வளவுதான். ஆனால், அவ்விதம் காட்சியளிக்க அவர் எவ்விதத்திலும் மெனக்கெடவில்லை. என்னைச் சற்றும் கவனிக்கவில்லை. ஆனால், நான் அவர்

எங்கே நிற்கிறார், போகிறார் என்று நான் கவனிக்க ஆரம்பித்து விட்டேன்.

குனிந்த தலை நிமிராத இளைஞர்

எல்லோரும் ஒருமித்த குரலில் சொன்னது என் காதில் ஒலித்தது. 'ராமகிருஷ்ணா ஓர் அருமையான பையன்' விசித்திரம்தான்! இப்படி எல்லாரும் புகழும்படி அவர் என்னதான் செய்துவிட்டார்?

கொஞ்சம் கொஞ்சமாக என் கவனம் சிதறிக் கொண்டிருந்தது. இதில் விசித்திரம் என்னவென்றால் இந்தச் சாதாரண மனிதர் நான் ஒருத்தி அவரையே நினைத்துக் கொண்டிருப்பதையோ அவரையே கவனித்துக்கொண்டிருப்பதையோ உணரவே இல்லை. சில நேரம் எனக்குத் தோன்றும் என் மனசு ஏன் இப்படி அலைபாய்கிறது? அவர் யாரென்றே தெரியாது. எங்கிருந்து வருகிறார்? அவர்களின் பெற்றோர் யார்? என்ன படித்திருக்கிறார்? எதுவுமே தெரியாது. இதெல்லாம் தெரியாமல் அவரையே ஏன் என் மனசு சுற்றிச் சுற்றி வருகிறது? காதலுக்கு கண்ணில்லை என்பார்களே அது இதுதானோ?

படப்பிடிப்பின்போது அவர் நான் நடிக்க வேண்டிய காட்சி மற்றும் வசனத்தைச் சொல்வார். அவர் என்னருகே வரும்போது அவர் என்னைப் பார்ப்பார் என்று ஒரு நம்பிக்கைவரும். "இதோ பாருங்கள். இதுதான் நீங்கள் பேச வேண்டிய வசனம். இதை இப்படித்தான் பேச வேண்டும்" என்று ஏற்ற இறக்கத்துடன் தலை குனிந்தபடியே சொல்லிவிட்டுப் போய்விடுவார்.

படப்பிடிப்பு இல்லாதபோது நாங்கள் பெண்கள் எல்லாம் ஓரிடத்தில் உட்கார்ந்து அரட்டை அடித்துக் கொண்டிருப்போம். ராமகிருஷ்ணா அந்தப் பக்கமாக வரநேர்ந்தால் எங்களைச் சுற்றிக்கொண்டு தலைகுனிந்தபடியே போய்விடுவார். அவர் பெண்களோடு பேசி நான் பார்த்ததே இல்லை. ஒருநாள் கடற்கரையில் (இப்போது அண்ணா சமாதி உள்ள இடம்) படப்பிடிப்பு நடந்தது. முன்பெல்லாம் அங்கே மரங்கள் அடர்ந்து வனம்போல் இருக்கும்.

கிருஷ்ணன் ராதாவின் தங்கையான சந்திராவளி பின்னால் ஓடுகிறான். சந்திராவளிக்கு ஏற்கெனவே திருமணம் ஆகிவிட்டது. சந்திராவளி கிருஷ்ணனைக் கன்னத்தில் அறைகிறாள். அப்போதும் கிருஷ்ணன் கபகபவென்று சிரிக்க வேண்டும். நான் பலமாக அறைந்துவிட்டேன். கிருஷ்ணனால் சிரிக்க முடியாமல் போய்விட்டது. இதைச் சொல்லிச் சொல்லிப் படக்குழுவினர் தமாஷாகப் பேசிக்கொண்டிருந்தார்கள்.

இதயம் அதிர்ந்தது

மறுநாள் படப்பிடிப்பில் கிருஷ்ணன் என்னைத் துரத்த நான் குட்டையில் தடுமாறி விழ வேண்டும். என் உடம்பில் சேறு பூசியிருக்க வேண்டும். அன்றைய படப்பிடிப்புக்கு அது அவசியம். அப்பா புகை பிடித்தபடி "அவள் கையில் சேற்றைக்கொடுத்து எப்படிப் பூசிக்கொள்ள வேண்டும் என்று சொல்லிவிடுங்கள்" என்றார். ராமகிருஷ்ணாவின் கையில் சேற்றைக் கொடுத்து டைரக்டர் என்னவோ சொல்லிக் கொண்டிருந்தார். 'சார்... வேண்டாம் சார்...' என்று ராமகிருஷ்ணா அரண்டுபோய்ப் பின்வாங்குவது தெரிந்தது.

இயக்குநர் வற்புறுத்திச் சொல்லவும் ராமகிருஷ்ணா ஒரு வேலைக்காரப் பையனின் கையில் வாளி நிறைய சேற்றைக் கொண்டுவரச் சொல்லி என்னை நெருங்கினார். "அம்மாயி இதை நீங்க உடம்பு பூரா பூசிக்கணும்" என்றார். காட்சிக்கு அது ஏன்தேவை என்பதையும் விளக்கினார். நான் அருவருப்புடன் கொஞ்சம் போல் சேற்றை எடுத்து என் தோளிலும் கையிலும் பூசிக்கொண்டேன். இயக்குநர் 'இது போதாது நிறையப் பூசணும்' என்றார்.

நான் தயங்கியபடியே இன்னும் கொஞ்சம் எடுத்துப் பூசிக்கொண்டேன். டைரக்டர் இயக்குநர் பொறுமை இழந்து 'ராமகிருஷ்ணா நீயே சேற்றை எடுத்து நன்றாய் பூசி விடப்பா' என்றார். ராமகிருஷ்ணா கையில் சேற்றோடு கூச்சத்தோடும் பயத்தோடும் என்னை நெருங்கினார். சேற்றை அப்படியே என் கழுத்து, மார்பு என இயக்குநர் சொன்ன இடங்களில் எல்லாம் பூசிவிட்டார். என் இதயம் ஒருகணம் நின்றேவிட்டது. நான் தலை குனிந்தபடி அப்படியே உறைந்துபோய் நின்றுவிட்டேன். என் இதயம் அதிர்ந்துபோய்ப் படுவேகமாகத் துடிக்க ஆரம்பித்தது.

அப்பா என் நிலைமையைப் பார்த்துவிட்டு எழுந்து வந்தார். ராமகிருஷ்ணாவை இன்னும் கிலி பிடித்துக்கொண்டது. பாக்கியிருந்த சேற்றை எடுத்து முழுவதுமாகப் பூசிவிட்டு கேமராவுக்குப் பின்னால் போய்விட்டார். அவசரத்தில் என் மோவாயிலும் சேற்றைப் பூசிவிட்டார்.

என் திருமணத்தின்போது என் மோவாயில் சந்தனத்தைப் பூசியபோது இந்தச் சேறு பூசிய சம்பவம் நினைவுக்கு வந்தது. அவரும் அதை நினைத்துக் கொண்டார்போல. மணமேடையில் இருவர் முகத்திலும் ஒரே நேரத்தில் புன்னகை அரும்பியது!

16. பிரிவோம்...
சந்திப்போம்!

பானுமதி அம்மையார் மெல்லச் சிரித்து, "என் காதல் விவகாரத்தை கண்ணாமணி அம்மா எப்படியோ கண்டுபிடித்துவிட்டார்!" என்றார். நான் "கண்ணாமணியா?" என்று வியப்பைக் கூட்டினேன்! "ஆமாம் 'கிருஷ்ண பிரேமா' பாடல் பதிவுக்கான ஒத்திகைக்குப் போயிருந்தபோது அங்கும் ராமகிருஷ்ணாவை என் கண்கள் தேடின.

இதெல்லாம் எதில் போய் முடியுமோ என்ற கவலையும் என்னைப் பிடித்துக் கொண்டது. யாரோடும் பேசாமல் தலையைக் குனிந்துகொண்டு யோசனையில் மூழ்கியிருந்தேன். அப்போது ஒரு பெண்ணின் கை மிகவும் பிரியத்தோடு என் தோளைத் தொட்டதை உணர்ந்தேன். திரும்பிப் பார்த்தேன் அவர்தான் கண்ணாமணி.

கண்ணாமணி கண்டுகொண்டார்

படத் தயாரிப்பாளர் ராமையா அவர்களின் மனைவி அவர். ஒரு காலத்தில் தமிழ்ப் படங்களில் நடித்தவர்தான். தம்பதியர் இருவரும் திரைப்பட வர்த்தகசபை அலுவலகத்தின் மாடியில்தான் தங்கியிருந்தார்கள். அப்போது அந்த அலுவலகம் வுட்ஸ் சாலையில் ஒரு பழைய பங்களாவில் இயங்கி வந்தது.

‘என்ன பானுமதி.. யோசனை எல்லாம் பலமா இருக்கு?’ என்று தமிழில் அவர் கேட்டபோது (அப்போது நான் தமிழில் நன்றாகப் பேசக் கற்றுக் கொண்டிருந்தேன்) என்னைக் கையும் களவுமாகப் பிடித்துவிட்டது போன்ற குற்ற உணர்வுதான் ஏற்பட்டது. அதேநேரம் ராமகிருஷ்ணா மேலே ஏறி வந்தார். என் இதயத் துடிப்பு அதிகமாயிற்று.

வாங்க பிரதர் வாங்க என்ன சாப்பிடுறீங்க? என்று கண்ணாமணி அவரை சினிமா தோரணையில் வரவேற்றார். அவரோ எங்களைப் பார்த்துத் தலையைக் குனிந்துகொண்டுவிட்டார். ‘தாங்ஸ் ஒன்றும் வேண்டாம்’ என்று சொல்லிவிட்டுப் போய்விட்டார். ‘இவருக்குப் பெண்களைக் கண்டாலே எங்கிருந்தோ ஒரு கூச்சம் வந்துவிடும். நல்ல பிள்ளையாண்டான்தான் போ’ என்று கிண்டல் தொனியில் பேசினார்.

அந்த நேரம் என் தந்தையும் இசையமைப்பாளர் பெஞ் சாலையாவும் வந்தார்கள். ‘நீ பாடிய இரண்டு பாட்டுக்களும் மிகவும் பிரமாதமாக வந்திருக்கிறது அம்மா’ என்றார் இசையமைப்பாளர்.

இந்தப் பாடலுக்கான படப்பிடிப்பு கிண்டியிலும் பூந்தமல்லிப் பக்கமும் நடந்தது. அப்போதெல்லாம் ராமகிருஷ்ணா என்னிடம் நடந்து கொள்ளும் விதத்தில் ஒரு வித்தியாசம் தெரிந்தது. முன்பு அவரிடம் இருந்த தயக்கமும் சங்கடமும் போய்விட்டது. ஆனால், அப்பாவைப் பார்த்துவிட்டால் அந்தண்டை போய்விடுவார்.

ஒருநாள் படப்பிடிப்பின்போது கேமரா வழியாக என்னைக் கவனித்த ராமகிருஷ்ணா மராத்தியில் ஹெச்.வி.பாபுவிடம் ‘இந்தப் பெண்ணை கேமரா வியூவில் பாருங்களேன் கொள்ளை அழகு’ என்றார்.

‘ஏனப்பா அம்மாயி பதினாறு வயசு பருவப்பெண். அழகாகப் பாடவேறு செய்கிறது. அழகாகத் தோன்றுவதில் என்ன ஆச்சரியம்?’ என்று ஹெச்.வி.பாபு ராமகிருஷ்ணாவிடம் பதிலுரைத்தபோது அவர் முகத்தில் புன்னகை அரும்பியது.

டேக்கில் சொதப்பினேன்

அவர்கள் இருவரும் இப்படி என்னைப் பார்ப்பதும் பேசிக் கொள்வதுமாக இருந்ததைப் பார்த்து எனக்கு ‘மூட் அவுட்’ ஆகிவிட்டது. அந்த டேக்கில் நான் நன்றாகச் செய்யவில்லை. ‘ஏனம்மா பானு... ஒத்திகைக் கூடத்தில் நன்றாகப் பண்ணினாயே. இப்போது டேக்கில் சரியாகப் பண்ண மாட்டேன் என்கிறாயே’ என்றார் ஹெச்.வி.பாபு. நான் பதில் சொல்லவில்லை.

‘இந்தமுறை நன்றாகச் செய்யுங்கள்’ என்றார் ராமகிருஷ்ணா. நான் அவரைப் பார்த்து முறைத்தேன். ஒன்றும் புரியாமல்

திகைத்துவிட்டார் ராமகிருஷ்ணா. 'தலை வலிக்கிறது நான் வீட்டுக்குப் போறேன்' என்று நேராக காரில் போய் உட்கார்ந்து கொண்டுவிட்டேன். ஏன் திடீரென்று என் மூட் அவுட் ஆகியது என்று யாருக்கும் தெரியவில்லை.

இயக்குநர், என் மூடு மாறியதன் காரணத்தை அறிந்துவரராமகிருஷ்ணாவை அனுப்பினார். காரில் உட்கார்ந்திருந்த என்னருகில் தலைகுனிந்தபடி வந்த ராமகிருஷ்ணா, 'இன்னிக்கு ஷூட்டிங்கை கேன்சல் பண்ணிவிட வேண்டியதுதானா?' என்று கேட்டார்.

'ஆமாம்' என்றேன். 'நாளைக்கு வைத்துக்கொள்ளலாமா?' என்று மறுபடி கேட்டார். நான் நிமிர்ந்து அவரைப் பார்த்தேன். அவர் சிரித்துவிட்டார். ஏனென்று தெரியவில்லை. என் கோபம் மறைந்தது. அவரது சிரித்த முகத்தை விழுங்குவதுபோல் பார்த்தேன். 'நீங்கள் சரியான மூடி டைப்பாக இருப்பீர்கள் போலிருக்கே?' என்றார். நான் பேசவே இல்லை.

'நாளைக்கு ஷூட்டிங் வைத்துக்கொள்ளலாமா?' என்று மறுபடி கேட்டார். 'எனக்குத் தெரியாது. அப்பாவிடம் கேளுங்கள்' என்றேன். ஒருவேளை என்னால் படப்பிடிப்புக்கு இடைஞ்சல் வந்துவிட்டதோ என்ற குற்ற உணர்வோடு நான் போயிட்டால் உங்களுக்குச் சிரமம் இல்லையா? என்றேன். இதைக் கேட்டதும் சிரித்தார். இன்றைக்கு நாங்கள் வேறு காட்சிகளை எடுத்துக் கொள்கிறோம். உங்களுக்குரியதை நாளைக்கு வைத்துக்கொள்ளலாம். இதைச் சொல்லிவிட்டு அவர் விறுவிறு என்று போய்விட்டார்.

போர் மேகம் தந்த பிரிவு

'கிருஷ்ண பிரேமா' ஏறத்தாழ மூன்றில் இரண்டு மடங்கு முடிந்துவிட்டது. அந்த நேரம் பார்த்து யுத்தம் வந்தது. சென்னை மீது குண்டு போடப்படுமோ என மக்கள் மத்தியில் பீதி நிலவியது. பெரும்பாலான மக்கள் வீட்டைக் காலிசெய்துவிட்டு வெளியூர்களுக்குப் புறப்பட்டுப் போய்க்கொண்டிருந்தார்கள். இருட்டடிப்பு அமல்படுத்தப்பட்டது.

கொஞ்ச காலத்துக்குப் படப்பிடிப்பை நிறுத்தி வைப்பதென்று முடிவெடுத்தோம். என் மனசில் ஒரு தவிப்பு. படப்பிடிப்பு இல்லை என்றால் அவரைப் பார்க்க முடியாதே மறுபடி எப்போது பார்ப்பேனோ? அவர் எங்கே தங்கியிருக்கிறார்? சாப்பாட்டுக்கு என்ன செய்வார்? எதுவுமே தெரியவில்லையே. என் தவிப்பு யாருக்கும் தெரியவில்லை. ஏன் ராமகிருஷ்ணாவுக்கே இதைப் பற்றிக் கிஞ்சித்தும் தெரியவில்லை.

நான் வெளியே செல்லாவிட்டாலும் என் தங்கைக்கு மட்டும் என் மனநிலைக்கான காரணம் அரசல் புரசலாகத் தெரியும். அப்பாவை நினைத்துப் பயமாக இருந்தது. அவருக்குத் தெரிந்தால் என்ன ஆகும் என்பதை நினைத்து எனக்குள் கலவரம் மூண்டது.

ஏனென்றால், தனக்கு வரப்போகும் மாப்பிள்ளை எப்படி இருக்க வேண்டுமென்று அடிக்கடி சொல்லுவார். உயரமாக, லட்சணமாக, நன்கு படித்தவராக, சங்கீத ரசனை மிக்கவராக, உயர்ந்த குடும்பத்தைச் சேர்ந்தவராக இருக்க வேண்டும். இப்படி ஒரு மாப்பிள்ளையைத்தான் அவர் எனக்குத் தேடிக்கொண்டிருந்தார்.

அவரது எதிர்பார்ப்பை நினைக்கும்போதெல்லாம் எனக்குப் பகீரென்று இருக்கும். என் கனவு எல்லாம் பகல் கனவாகவே போய்விடுமோ என்று மனதுள் கொஞ்சமாய் இருள் சூழும். என் மனதைப் போல் பட்டணத்திலும் இருட்டடிப்பு. அந்த நேரம் மக்கள் விளக்குகளை அணைத்துவிட்டு லாந்தர்கள் கொளுத்தி வைத்துக்கொள்வார்கள்.

பிரச்சினைகள் வந்தால் கூட்டமாகத்தான் வரும். சின்ன அத்தை திடீரெனக் காலமாகிவிட்டார். அப்பாவும் நானும் அவசரமாக ஊருக்குப் புறப்பட்டோம். ரயில் புறப்பட சில நிமிடங்களே இருந்தன. அப்பா எனக்காக சஞ்சிகைகள் வாங்கிவரப் போனார். திடீரென்று ராமகிருஷ்ணா வருவதைப் பார்த்தேன். யாரையோ வழியனுப்ப வந்திருப்பார்போல.

அவரைப் பார்த்ததுமே என் மனம் மகிழ்ச்சியில் துள்ளியது. அவரோடு பேச வேண்டும்போல் என்னுள் ஒரு இன்பமான இம்சை. அவராக வந்து பேசமாட்டாரா என்றிருந்தது. அவர் எங்களைப் பார்த்துவிட்டார். மரியாதை நிமித்தம் சம்பிரதாயமாக எங்களிடம் ‘ஊருக்குத் திரும்பிப் போறீங்களா?’ என்று இரண்டு வார்த்தை பேசினார்.

‘நீங்க போகலையா?’ என நான் கேட்டேன் ‘நாளைக்கு பம்பாய் போறேன். ஹெச்.எம்.ரெட்டி படத்துக்குக் கொஞ்சம் எடிட்டிங் வேலை பாக்கியிருக்கு. அதை முடிச்சிட்டு மெட்ராஸ் வந்திடுவேன்’ என்று சொல்லிவிட்டுப் போய்விட்டார்.

அவர் அங்கே நின்றதில், பேசியதில் பரம திருப்தி. பம்பாய் போகிறார். நல்லவேளை மெட்ராஸில் இல்லை என்று என்னை நானே சமாதானப்படுத்திக்கொண்டேன். அவருக்காக நான் இங்கே ஒருத்தி கவலைப்படுவதை அவர் அறிவாரா? அறிந்திருந்தால் இப்படி ரொம்ப சாதாரணமாகப் பேசிவிட்டுப் போவாரா? இல்லை. போகத்தான் முடியுமா? ரயில் நகர ஆரம்பித்தது. ‘இப்போது பிரிகிறோம். மீண்டும் சந்திப்போம்?’ என்று அவர் போன திசைநோக்கி மானசீகமாகச் சொல்லிக்கொண்டேன். என் கண் கலங்கியது ரயிலின் கரிப்புகையால் என்று அப்பா நினைத்திருப்பார்.

❖❖❖

17. காதலின் கைக்குட்டை

பானுமதி அம்மையாரின் நினைவுப் பகிர்தலில் காதலின் சுகந்தம் தொடர்ந்தது.

"வீடு திரும்பினோம். எப்போதும் ஏதோ ஒரு யோசனை. வீட்டின் மூலையில் தனித்து உட்கார்ந்திருந்தேன். என் வயது கொண்ட பெண்களுடன் விளையாட முடியவில்லை. தனிமையில் என் பொழுதுகள் கழிந்து கொண்டிருந்தன. என்னிடம் ஏற்பட்டிருக்கும் இந்த மாற்றத்தை அம்மா கவனித்துவிட்டார்.

அப்பாவிடம் அவர் இதைப் பற்றிச் சொல்லிக்கொண்டிருந்ததும் காதில் விழுந்தது. 'வயதுக்கு வந்த பெண் ஏதாவது கல்யாணக் கனவில் மூழ்கிவிட்டாளோ.. அல்லது வேறு ஏதாவது சிந்தனையா?' என அப்பா நினைத்திருப்பாரோ? ஆனால், அவர் எனக்கு வரன் தேடத் தொடங்கி விட்டார். அம்மா இதை என்னிடம் சொன்னபோது என் இதயம் நின்றே விட்டது.

தங்கை கொடுத்த தைரியம்

அப்பாவும் சரி, அம்மாவும் சரி நான் ராமகிருஷ்ணாவை காதலிப்பதை நினைத்துக்கூடப் பார்த்திருக்க மாட்டார்கள். அவர்கள் வருகிற வரன்களைப் பார்ப்பதில் மூழ்கிவிட்டார்கள். எனக்கு வந்த வரன்களில் அப்பாவுக்கு பிசப்பதி

குடும்பத்தாரின் வரனைத்தான் பிடித்திருந்தது.

'பையன் லட்சணமாக இருக்கிறான். பணக்காரன், நன்றாகப் படித்திருக்கிறான். அதுமட்டுமல்ல பையனின் தகப்பனார் என் சினேகிதர்' என்று அம்மாவிடம் அப்பா சொல்லிக்கொண்டிருந்தது என் தங்கை காதில் விழுந்திருக்கிறது. கர்ம சிரத்தையோடு அவள் இதை என் காதில் போட்டுவிட்டாள். "இரவெல்லாம் தூக்கமில்லை. புரண்டு புரண்டு படுத்துக் கொண்டிருந்தேன். யாரிடம் சொல்வேன்..

எப்படிச் சொல்வேன்? என் தங்கைக்குப் புரிந்தது 'இதோ பார் அக்கா பயப்படாதே! அவங்ககிட்டே உன் விஷயத்தைச் சொல்லிடறேன்' என்று அவள் சொன்னதும் திகைத்துப் போய் அவளைப் பார்த்தேன். 'ஓ! ஆமாம் எனக்கு எல்லாம் தெரியும். நீ ராமகிருஷ்ணா மீது எவ்வளவு பிரியம் வைத்திருக்கிறாய்!

நீ அவரை அடிக்கடி பார்ப்பது எனக்கு முன்பே தெரியும்' என்றதும், என்னால் அவளை நேர்கொண்டு பார்க்க முடியவில்லை.

தலையைக் குனிந்து கொண்டேன். இப்போதும் நான் மௌனம் சாதித்தால், அது என்னையே ஏமாற்றிக் கொள்வதாகத்தான் இருக்கும். அவளைப் பார்த்து மெல்லிய குரலில் 'நான் கல்யாணம் செய்து கொள்வதாய் இருந்தால், அவரைத்தான் பண்ணிக்கொள்வேன்' என்றேன்.

தங்கைக்குப் புரிந்தது. 'நீ கவலைப்படாதே. நான் அம்மாவிடம் பேசறேன்' என்றாள். நான் தங்கையின் கையைப் பிடித்துக்கொண்டேன். அப்பாவுக்குத் தெரிந்தால் ஆத்திரப்படுவார். அவரை அப்பா ஏற்றுக்கொள்ள மாட்டார். அவரைப் பார்த்தால் ஏழை மாதிரிதான் தெரிகிறது என்று புலம்பினேன்.

'ஆமாம், அக்கா ஒருநாள் மேக்கப் அறையிலிருந்து வரும்போது பார்த்தேன். வராந்தாவில் ஃபேனுக்கு கீழே நின்றுகொண்டிருந்தார். அவரது சட்டையின் காலர் ரொம்பவே சாயம் போயிருந்தது. அவர் ஏழைதான். சந்தேகமில்லை. ஆனால் நல்லவர்' என்றாள்.

உண்மைதான். 'நல்லவர், நல்லவர் என்று எல்லோரும் திரும்பத் திரும்ப இந்த வார்த்தையைத்தான் சொல்லுகிறார்கள். இந்த உலகத்தில் எனக்கு ஒன்றுமே வேண்டாம். அந்த நல்லவர் என் கணவராக வேண்டும்' இப்படி ஒரு சங்கல்பத்தை அந்தக் கணமே செய்துவிட்டேன்.

தங்கையிடம் அப்பா தேர்ந்தெடுக்கிற யாரையும் நான் கல்யாணம் செய்து கொள்ளப்போவதில்லை என்றேன் தீர்மானமாக. 'ஓ.கே. நீ அவரைத்தான் கல்யாணம் பண்ணிக்கொள்ளப் போகிறாய் அப்படித்தானே? அப்பாவிடம் சொல்லிவிடட்டுமா?' என்றாள். நான் சிலையாக நின்றுவிட்டேன்.

அப்பாவுக்குக் கோபம் மூண்டு, அந்தப் படத்தில் நான் நடிப்பதை ரத்து செய்துவிட்டால்... ராமகிருஷ்ணாவுக்கு வேலை போய்விட்டால்... அல்லது வேறு ஏதேனும் விபரீதம் ஏற்பட்டுவிட்டால்? என் முகத்தில் படர்ந்த பீதியைத் தங்கை கவனித்துவிட்டாள். 'சரி, நீ இப்படி மௌனமாகவே இருந்தால் அப்பா அவசரமாக ஒரு வரனைத் தேடி முடித்துவிட்டார் என்று வைத்துக்கொள்.

உன்னால் என்ன செய்ய முடியும்?' நான் பதில் பேசாமல் நேராக சிவபார்வதி படத்துக்கு முன்னால் போய் உட்கார்ந்தேன்.

என் மௌனத்தைப் பிரார்த்தனையாகச் சமர்ப்பித்தேன். என் கண்களிலிருந்து கண்ணீர் வழிந்தோடியது. குப்புறப்படுத்து வணங்கிய என் உடல் அழுகையால் குலுங்கியது. திடீரென்று என் தங்கை ஒரு மின்னலைப் போல ஓடிவந்தாள்.

'அக்கா... அப்பாவிடம் ஒன்று பாக்கியில்லாமல் சொல்லிவிட்டேன்' என்றாள். எனக்கு தூக்கிவாரிப் போட்டது. 'ஏன் சொன்னாய்' எனக் கோபத்தோடு கேட்டேன். 'ஏன் என்ன தப்பு? நீதான் அவரைத் தவிர வேறு யாரையும் கல்யாணம் பண்ணிக்க மாட்டேன்னு சொல்லிட்டியே?' என்றாள்.

நானோ பரிதவிப்புடன் அப்பா என்ன சொன்னார் எனப் பட படத்தேன். 'மெட்ராஸ் போகும்போது பார்த்துக்கொள்ளலாம் என்று சொல்லிவிட்டார்' என்று அவள் நிம்மதியாகப் பெருமூச்செறிந்து சொன்னாள். எனக்கோ மூச்சுவிடுவதே சிரமமாக இருந்தது.

காயத்துக்கான மருந்து

அப்பாவுடன் சகஜமாகவே பழக முடியவில்லை.முன்புபோல் நடந்து கொள்ள முடியவில்லை. அவரோடு பேசுவதைத் தவிர்த்துக் கொண்டிருந்தேன். குற்ற உணர்வு எனக்குள் குறுகுறுத்தது. அவரோடு மிகவும் ஜாக்கிரதையாய்ப் பேசினேன்.

அவரும் அந்த விஷயத்தைப் பற்றி எதுவும் பேசவில்லை. இரண்டு மாதம் கழித்து ராமையாவிடமிருந்து உடனே புறப்பட்டு வருமாறு தந்தி வந்தது. யுத்த பீதி குறைந்துவிட்டிருந்தது. இருட்டடிப்பும் விலக்கப்பட்டு விட்டது. படப்பிடிப்பை உடனே தொடங்க வேண்டியதுதான். இதுதான் தந்தியின் சாரம்.

எனக்கு மனம் கொள்ளாத மகிழ்ச்சி. என் தங்கை சொன்னாள் 'உன் முகத்தில் திடீரென்று சந்தோஷம் தாண்டவமாடுது!'

சென்னைக்கு வந்ததும் நேராக ஸ்டார் கம்பைன்ஸ் அலுவலகம் சென்றோம். நடிகை கண்ணாமணி என்னைப் பார்த்துவிட்டு 'ஐயோ பெண்ணே கொஞ்ச நாளில் இப்படி இளைச்சுப் போயிட்டியே' என்றார். அத்தோடு விடவில்லை. 'அடி.. கள்ளி! எனக்குத் தெரியும்! காதல்ல விழுந்துட்டேன்னு சொல்லு...

உன்னை விடமாட்டேன்... யார் அந்த அதிர்ஷ்டசாலி?' என்று என் மோவாயை நிமிர்த்திக் கேட்டார். 'சீச்சீ...' என்று வெட்கத்தால் நிறைந்து முகத்தை மூடிக்கொண்டேன். எல்லோரும்

என்னையே பார்ப்பது போலிருந்தது. இருப்பினும், வந்ததிலிருந்து என் கண்கள் அவரையே தேடிக்கொண்டிருந்தன.

அன்றைய படப்பிடிப்பில் என்னோடு சாந்தகுமாரி ராதையாக நடித்தது ஞாபகமிருக்கிறது. ஒரு குறிப்பிட்ட காட்சியில் நான் ரோஜாப் பூக்களைப் பறித்து என்னைச் சுற்றி தூவ வேண்டும். அந்தக் காட்சியின்போது என் வலக்கை விரலில் ரோஜா முள் ஆழமாகக் குத்தி ரத்தம் சொட்டுச் சொட்டாக வழியத் தொடங்கிவிட்டது. அதைக் கண்ட இயக்குநர், 'ரத்தம் கொட்டுது சீக்கிரம் முதலுதவி கொடுங்க... டிங்சர் எடுத்துட்டு வாங்க" என்று கத்தினார்.

திடீரென்று எங்கிருந்தோ ராமகிருஷ்ணா ஓடிவந்தார். அவர் கைக்குட்டையை எடுத்து என் விரலில் கட்டுப்போட்டார். பெண்களிடமிருந்து காததூரம் தள்ளி நிற்கிற மனிதர் இப்படிச் செய்தார். அப்படிப்பட்டவர் மிகச் சுதந்திரமாக என் விரலில் கட்டுப் போட்டபோது எல்லோருக்கும் அவர் ஒரு கதாநாயகனாகத் தோன்றினார். காயம்பட்ட என் விரலுக்குக் கட்டுப்போடுவது தன் கடமை மாதிரி அந்தக் காரியத்தைச் செய்தார். செய்துவிட்டு எதுவுமே நடக்காதது போல நடந்து சென்று தன் வேலைகளைக் கவனிக்கத் தொடங்கி விட்டார்.

என் உதவியாளர் இந்தக் களேபரம் எல்லாம் முடிந்தவுடன் டிங்சருடன் வந்தார். நான் வேண்டாமென்று சொல்லிவிட்டேன். கைக்குட்டை சுற்றிய விரலைப் பிடித்தபடி வீடு திரும்பினேன். அந்தக் காலத்தில் என் சம்பளம் இரண்டாயிரம் ரூபாய். அவர் சம்பளம் 200 அல்லது 300 இருக்கலாம்.

அந்தக் கைக்குட்டை எங்கள் காதலை அழுந்தக் கட்டியது மட்டுமல்ல, அவர் கஷ்டப்பட்டுச் சம்பாதித்த அவரது உழைப்பின் துளி. அன்பின் பெருங்கடல். அதைத் துவைத்து அயன் செய்தேன். அதில் படிந்துவிட்ட ரத்தக் கறையில் ஒரு எளிய இதயத்தின் உருவம் தெரிவதுபோல் எனக்குத் தோன்றியது. பூஜை செய்யாத குறைதான். அவரது கைக்குட்டையைப் பத்திரமாக மடித்துக் கவனமாக என் பெட்டிக்குள் வைத்தேன். நீண்டகாலம் அது என்னிடம் பத்திரமாக இருந்தது.

❖❖❖

18. ராமகிருஷ்ண பிரேமா!

பானுமதி அம்மையாரின் நினைவாற்றலை எண்ணி வியப்பு மேலிட்டது. "எப்பவோ நடந்ததை எல்லாம் இவ்வளவு துல்லியமாகச் சொல்லுகிறீர்களே!" என்று அவரிடம் கேட்டேன்.

"எனக்குச் சின்ன வயதிலிருந்தே கிரகித்து உள்வாங்கிக்கொள்ளும் சக்தி அதிகம். என் கணவர்கூட அடிக்கடி, இதையெல்லாம் எப்படி ஞாபகம் வச்சிருக்கே என்பார்!" என்றவர் காதல் நினைவுகளைத் தொடர்ந்து பகிரத் தொடங்கினார்.

"ரோஜாச் செடியின் முள் கிழித்த மறுநாள் படப்பிடிப்பு இல்லை. அம்மா ஷாப்பிங் போக விரும்பினார். நாங்கள் ஒரு காரில் புறப்பட்டோம். சற்றுத் தள்ளி புரொடக்ஷன் கார் நின்றது. அதை நோக்கி ராமையா, ஹெச்.வி.பாபு, ராமகிருஷ்ணா எல்லோரும் வந்து கொண்டிருந்தார்கள். நான் ராமகிருஷ்ணாவைப் பார்த்தேன்.

இதை அப்பா கவனித்துவிட்டார். அதே நேரம் ஹெச்.வி.பாபு ராமகிருஷ்ணா என்று கூப்பிட்டார். 'நீ சொன்ன பையன் அவன்தானா?' என்று அப்பா சட்டென்று கேட்டார். நான் வேறு வழியின்றித் தலையாட்டினேன். அப்பா ராமகிருஷ்ணாவைப் பார்த்தார். அவர் முகம் வாடிவிட்டது.

பொண்ணுங்க கல்யாணத்தைப் பெத்தவங்கதான் ஜாக்கிரதையாய் நல்ல இடமாகப் பார்த்து செஞ்சு வைக்கணும்.

ராமகிருஷ்ணா நல்ல பையன் என்றுதான் கேள்விப்பட்டேன். என்ன படிச்சிருக்கான் தெரியுமா?' என்றார். நான் அசடுபோல் 'எனக்குத் தெரியாதே' என்றேன். அவர் என்னை அடுத்தடுத்து மடக்கிக் கேள்விகள் கேட்டுக்கொண்டே வந்தார்.

"வீடு, இல்லன்னா சொத்துபத்து ஏதும் இருக்கா?"

"தெரியாது"

"அவரோட ஜாதி என்ன தெரியுமா?"

"தெரியாது."

"அப்பா அம்மா இருக்காங்களா?"

"தெரியாது".

அப்பா சிரித்தார்.

எனக்குத் தலைசுற்றியது. இதைப் பற்றியெல்லாம் நான் நினைத்துக்கூடப் பார்க்கவில்லை. அவரை உளமாரக் காதலிக்கிறேன் என்பது ஒன்றுதான் எனக்குத் தெரியும். அதுவும் அவருக்குத் தெரியாது.

அப்பா கேட்டதிலும் தப்பொன்றுமில்லை. ஒரு விஷயம் தெளிவானதில் நிம்மதி. என்னவர் பற்றி இத்தனை விஷயங்கள் அவருக்குத் தெரிந்தாக வேண்டும். நான் என்ன செய்வேன்? அவர் கேள்விகளுக்கெல்லாம் என்னிடம் பதில் இல்லையே!

காதலின் அசடு

அப்பாவின் கேள்விகளையெல்லாம் கவனித்துக்கொண்டிருந்த என் தங்கை, எப்படியோ ராமகிருஷ்ணா பற்றிய தகவல்களைச் சேகரித்துக் கொண்டுவந்துவிட்டாள். 'பி.ஏ. வரை படித்திருக்கிறார்! பிராமணர். சொல்லிக் கொள்ளும்படியாக எந்தச் சொத்தும் இல்லை! அப்பாவுக்கு ஏதோ அரசாங்க உத்தியோகம்! தாயார் திருவல்லிக்கேணியில் தன் சகோதரி வீட்டில்தான் வசிக்கிறார்'.

தங்கை கொண்டுவந்திருந்த தகவல்கள் அனைத்தையும் பொறுமையாகக் கேட்ட அப்பா, 'அப்போ நீ அவனை விரும்பற விஷயம்கூட அவனுக்குத் தெரியாது! அப்படித்தானே?' என்றார். நான் தலையாட்டினேன். 'ஆக அவனுக்குத் தெரியாமலே அவனைக் கல்யாணம் செய்துகொள்ளப் போகிறாய்! அட அசடே...!' என்று சிரித்தார் அப்பா.

ஆமாம் நான் ஒரு முட்டாள்தான்! அவரை நேசிக்க எனக்கு ஏது உரிமை? அவருக்கே தெரியாமல் அவரை நேசிக்கும் இந்தத் துணிச்சல் எனக்கு எப்படி வரலாம்? அம்மா சொன்னார். 'ஐயோ பாவம்! அவளுக்கு என்ன வேணும்னு அவளுக்கே தெரியாதுங்க.

பசிச்சா பசிக்குதுன்னு சொல்லத் தெரியாது! உங்களுக்குத் தெரியாமல் அவன் கிட்டே போய் என்னைக் கல்யாணம் செஞ்சுக்கோ அப்படீன்னு சொல்லிடுவாளா? வீட்டுக்கு மூத்த பொண்ணு வேறே. அவ கண்ணீர் விட்டா குடும்பத்துக்கு ஆகாது! உங்க இஷ்டம்போல் செய்யுங்க' என்று சொல்லிவிட்டு தன் கண்ணைத் துடைத்துக்கொண்டாள்.

இந்த விஷயங்கள் எல்லாம் கண்ணாமணி அம்மா காதுக்கு எட்டிவிட்டன. மறுநாள் மாடியில் வந்து அவரைச் சந்திக்குமாறு அழைப்பு வந்தது. நான் தயங்கியபடியே மாடிக்குப் போனேன்.

'வாடி பொண்ணே! எல்லா சங்கதியும் தெரிஞ்சு போச்சு! நான் என் கணவரிடம் படத்தின் பெயரை 'கிருஷ்ண பிரேமா' என்பதற்குப் பதில் 'ராமகிருஷ்ண பிரேமா' என்று வைக்கச் சொல்லிட்டேன்!' என்று சொல்லிவிட்டுச் சத்தம்போட்டு சிரித்தார். நான் வெட்கத்தால் தலை குனிந்தாலும் அழுத்தும் வேதனையால் அவர்முன் கலங்கி நின்றேன்.

மனம்விட்டுப் பேசிய மணாளன்

ராமகிருஷ்ணா என்னைப் பார்த்துப் புன்முறுவல் பூத்தபடி கேட்டார். 'இதெல்லாம் என்ன அம்மாயி? கண்ணாமணி அம்மா சொல்லித்தான் தெரியும். எனக்குத் தெரியாது' என்றார்

என்னால் பதில் எதும் பேச முடியவில்லை. கண்ணாமணி ஏன் இப்படிச் செய்துவிட்டார்? அப்பாவுக்குத் தெரிந்தால்...? கடவுளே என்று மனதுக்குள் பதற்றத்துடன் வேண்டிக்கொண்டேன்.

கண்ணாமணி அம்மாவால் எங்கள் மௌனத்தை தாங்கிக்கொள்ள முடியவில்லை. 'இப்படி ரெண்டு பேரும் பேசாமல் இருந்தால் எப்படி? ஏதோ பழங்காலக் கட்டுப்பெட்டி காதல் ஜோடி மாதிரி இருக்கீங்களே..!' என்றார். அவர் அப்படிக் கூறியதற்கு 'நான் ஒன்றும் இவரைக் காதலிப்பதாகச் சொல்லவில்லையே என்றார் சிரித்தபடி ராமகிருஷ்ணா.

அவரைச் சடாரென்று நிமிர்ந்து பார்த்தேன். என் சுயமரியாதை தாக்கப்பட்ட உணர்வு! அப்போதுதான் அவர் கண்களில் மின்னிய குறும்புத்தனத்தைக் கவனித்தேன்!. எனக்குப் புரிந்தது, என்னைச் சீண்டிப் பார்க்கிறார்!

'நல்ல காதலர்கள்தான் போங்க. அவதான் சின்னப்பொண்ணு. நீ தொடங்கலாமே' என்றார் கண்ணாமணி. 'ஏன் இப்படிக் களேபரம் பண்றீங்க அம்மா! நானோ ஏழை, இவங்க என்னோடு வந்து சந்தோஷமா வாழ முடியுமா?' என்று கேட்டுவிட்டு என்னைப் பார்த்த ராமகிருஷ்ணா, 'அம்மாயி, உங்க அப்பா, அம்மாகிட்டே என்னைத்தான் கல்யாணம் பண்ணிக்குவேன்னு தீர்மானமாகச் சொல்லிட்டீங்களாமே' என்று கேட்டார்.

நான் பேசவில்லை. என் கண்கள் பேசின. அவர் கண்கள் அதைப் புரிந்துகொண்டன. 'இப்படியே ரெண்டு பேரும் ஒருத்தரை ஒருத்தர் பார்த்துக்கிட்டிருந்தா எப்படி? பெரியவங்ககிட்ட சொல்லி சீக்கிரம் கல்யாணத்துக்கு நாள் பார்க்கச் சொல்வோம்' என்றார் கண்ணாமணி.

ராமகிருஷ்ணா சொன்னார் 'முன் யோசனை இல்லாத முடிவு! நான் ஒரு சாதாரண ஆள். ஒரு சிம்னி விளக்கு மாதிரின்னு வச்சுக்குங்க. பிரகாசமான பெரிய விளக்கு பக்கம் நான் நிற்க முடியுமா? முதல்ல அவங்க அப்பா ஒத்துப்பாங்களா? அம்மாயி, நான் சொல்றதைக் கேளுங்க.

உங்க மனசை மாத்திக்குங்க. நீங்க என்னைக் கல்யாணம் பண்ணிக்கிட்டா நிறைய பிரச்சினைகளைச் சமாளிக்கணும்'. கண்ணாமணி சட்டென்று குறுக்கிட்டுச் சொன்னார். 'இதோ

பாரப்பா, அவ ஒண்ணும் உன் லெக்சரைக் கேட்க இங்கே வரலை. ஒரு விஷயம் சொல்றேன் கேட்டுக்கோ. இந்த சினிமா ஃபீல்டில் நான் எத்தனையோ பொண்ணுங்களைப் பார்த்திருக்கேன்.

ஆனால், இவளை மாதிரி ஒரு நல்ல பெண் உனக்குக் கிடைக்கமாட்டாள். அப்பா அவளை பூமாதிரி வச்சு காப்பாத்துறார். உண்மைதான். ஆனா மகாலட்சுமியே வந்து உன் வீட்டுக் கதவைத் தட்டும்போது. நீ பெப்பே காட்டிட்டு ஓடிப்போயிடுவாயா?' கண்ணாமணி பேசுவதைக் கேட்டு சிரிப்பு வந்துட்டுது. இதற்கு ராமகிருஷ்ணா என்ன பதில் சொல்லப்போகிறார் என்பதைத் தெரிந்துகொள்ள என் காதுகளைத் தீட்டிக்கொண்டேன்.

'அவங்க மகாலட்சுமி மட்டுமில்லை.. மகா சரஸ்வதின்னும் எனக்குத் தெரியும். கதை எல்லாம் எழுதறாங்க! என்ன ஒண்ணு கோபம் வந்துட்டா, எதிரில் இருப்பவர் கன்னம் பழுத்துடும். நல்ல பெண்தான். இல்லேன்னு சொல்லலையே..' என்றார். அவரது இந்த வார்த்தைகள் என் உடலைச் சிலிர்க்கவைத்தன.

'ஒருத்தன் சொன்னானாம் எனக்கு ராஜாவின் மகளை கல்யாணம் பண்ணிக்கனும்னு ஆசைதான். ஆனா அதுக்கு ராஜா ஒத்துக்கணுமே...! என் நிலைமையும் இதுபோல்தான்! இந்தப் பெண் என்னை மாதிரி ஒரு ஏழையைக் கல்யாணம் பண்ணிகிட்டு கஷ்டங்களை அனுபவிக்கத் தயார்னா எனக்கு ஆட்சேபனை இல்லை, என்று சொல்லிவிட்டு என்னை ஒரு பார்வை பார்த்தார், பிறகு போய்விட்டார்.

குடிசையா, மரத்தடியா?

'கருட கர்வ பங்கம்' படத்துக்காக மேலும் சில காலம் சென்னையில் தங்கும்படி ஆயிற்று. என் பெற்றோர் தங்களை வந்து சந்திக்குமாறு ராமகிருஷ்ணாவுக்குச் சொல்லி அனுப்பினார்கள். ராமகிருஷ்ணா வந்தார், வழக்கம்போல் வங்காளி பாபு போல் சட்டையும் வேட்டியும் உடுத்தியிருந்தார்.

மணமகன் போல ஜம்மென்று ஒரு கோட் போட்டிருந்தார். தயங்கிபடியே நாற்காலியில் அமர்ந்தார். நான் கதவருகே ஒளிந்துகொண்டு அவரைப் பார்த்தேன். அப்பா திடீரென்று கேள்விகள் கேட்கத் தொடங்கினார்.

"உங்கள் தகப்பனார் வசதி படைத்தவரா?'

"இல்லை"

"என்ன உத்தியோகம் பார்க்கிறார்"

"இன்ஸ்பெக்டர் ஆப் ஸ்கூல்ஸ்"

20. பல்லக்கின் உள்ளே இல்லை இளவரசி!

ஆஹா... நம் ஆசை நிறைவேறுமா கடல்
அலையப் போல மறந்துபோக நேருமோ?
அன்பே சந்தேகம் கொள்ளலாகுமா கொடி
அசைந்தாட பந்தல் இன்றி போகுமா?

படம்: தாய்க்குப் பின் தாரம்

பானுமதி சிலநேரம் பலத்த பீடிகையோடு ஒரு விஷயத்தைச் சொல்லத் தொடங்குவார். எதற்காகச் சொல்கிறார் என்று ஊகிப்பது கஷ்டம். அன்றைக்கும் அப்படித்தான். "நீங்கள் காண்டேகர் கதைகளைப் படிப்பதுண்டா?" என்று கேட்டார். பானுமதி அம்மையாரின் வாழ்க்கைக் கதையை சுவாரசியமாகச் சொல்லிவரும் வேளையில் காண்டேகர் கதை பற்றிக் கேட்பானேன்?

தமிழில் காண்டேகர் கதைகள் பிரபலம். இதற்குக் காரணம் அவற்றை அழகாக மொழி பெயர்த்த கா.ஸ்ரீ.ஸ்ரீ. எனவே, அவர் கேட்ட அடுத்த அரைநொடியில் 'காண்டேகர் கதைகளை விரும்பிப் படிக்கும் ஆயிரக்கணக்கான வாசகர்களில் நானும் ஒருவன்' என்றேன். புருவம் உயர்த்தி என்னைப் பார்த்துவிட்டுப் பேசத் தொடங்கினார்.

"பெண்களின் மனதைப் பற்றி காண்டேகர் மாதிரி எழுதுவது அபூர்வம். அவருடைய கதை ஒன்றில் வெகுளிப் பெண் ஒருத்தி வருவாள். அப்பா அம்மாவுக்குப் பணிவிடை செய்வாள். கோயில், குளம் என்று சுற்றிவருவாள். பக்தி சிரத்தையோடு பூஜை புனஸ்காரத்தில் ஈடுபடுவாள். அவள் வாழ்க்கையில் காதல் குறுக்கிடும். அதுவரை பெற்றோருக்கு எதிரே நின்று ஒரு வார்த்தை பேசாத அவளை, பெற்றோரையே எதிர்த்துப் பேச வைத்துவிடும்.

அப்பாவை எதிர்த்துக் காதலுக்காகத் தைரியமாகப் பேசிய அந்தக் கதாபாத்திரத்தை வைத்து நாமும் ஒரு கதை எழுதலாம் போலிருக்கே என்று நினைத்துக்கொண்டேன். ஆனால், அப்படி ஒரு கதாபாத்திரமாக நிஜ வாழ்க்கையில் நானே மாறுவேன் என்று நினைத்துக்கூடப் பார்க்கவில்லை" என்று இரண்டு விநாடிகள் மௌனம் காத்தார்.

'இது நல்லா இருக்கே!' என்றேன் நான்.

"அப்பாவை எதிர்த்து என்னவெல்லாம் பேசிட்டேன் தெரியுமா?" என்று பெருமூச்செறிந்துவிட்டு பானுமதி தொடர்ந்தார். "என் முடிவை மாத்திக்கவே முடியாது. என் மனசால் அவரைக் கணவராக வரித்து விட்டேன். வேறு யாரையும் கல்யாணம் செய்துகொள்ள மாட்டேன். என் ஆன்மாவுக்கு நான் துரோகம் செய்ய முடியாது. என்னைப் பெத்தவங்க என்கிற முறையில் நீங்க பேசறதும் சரிதான். ஆனா என் முடிவில் மாற்றமில்லை என்று தடாலடியாகச் சொல்லிவிட்டு நான் என் அறைக்குள் போய்விட்டேன்.

என் பெற்றோர் கல்லாய்ச் சமைந்துவிட்டார்கள். அப்பாவுக்கு என்னை ஏறிட்டுப் பார்க்கும் தைரியமில்லை. அப்பாவோடு பேசுவதை நிறுத்திவிட்டேன். ஆனால் அவரோடு பேசாமல் என்னால் இருக்க முடியாது. என் பாட்டைக் கேட்காமல் அவராலும் இருக்க முடியாது. அழுதேன்.. அழுது அழுது அப்படியே கரைந்து காணாமல் போயிடணும்னு அழுதேன்.

ரிக்ஷாவில் திருட்டுப் பயணம்

சாப்பிட முடியாதுன்னும் சொல்லிவிட்டேன். அப்பாவும் சாப்பிடவில்லை. அம்மாவும் சாப்பிடவில்லை. அவர்களின் அவஸ்தையைப் பார்க்க பாவமாக இருந்தது. அப்பாவுக்காக இரண்டு கவளம் சாப்பிட்டேன்.

ஒரு நாள் ஷோபனாச்சல ஸ்டுடியோவிலிருந்து என் தங்கைக்கு ஃபோன் வந்தது, ராமகிருஷ்ணா பேசினார். என்னிடம் என்

வெங்கடசாமி வீட்டுக்கு போகவேண்டியது. அங்கிருந்து மங்கேஷ் தெருவிலிருக்கும் சீதம்மா வீட்டுக்குச் செல்ல வேண்டும்.

ஒரு டாக்ஸி ஏற்பாடு செய்து திருவல்லிக்கேணியில் இருக்கும் சீதம்மாவின் சிநேகிதி வீட்டுக்குப் போகவேண்டியது. அன்றிரவு அங்கு தங்கியபின் கோடவுன் தெருவிலிருக்கும் புரொபஸர் ராமானுஜ ராவ் வீட்டுக்குப் போய் விடவேண்டும். என் இருப்பிடத்தை மாற்றிக்கொண்டே இருப்பதுதான் இவர்கள் நோக்கம்.

எனக்கு முன்பின் அறிமுகமில்லாத இவர்களுடன் போவதற்கு நான் எப்படித் துணிந்தேன். 'ஐயோ அப்பா எந்த நிமிஷமும் வந்திடுவாரே!' ஆர்.கே. தொடை நடுங்கிப் புலம்பலானார். வம்பில் மாட்டப் போகிறீர்கள். இவளின் அப்பா போலீஸில் புகார் கொடுத்தால் நீங்க மாட்டிப்பீங்க.. என் கல்யாணத்துக்காக நீங்க பிரச்சினையில் சிக்கணுமா? இப்பவாவது என் பேச்சைக் கேளுங்க.வீட்டுக்கு அனுப்பிடுங்க' என்று பதறினார்.

ஆனால் கமலாம்மா விடுவதாக இல்லை 'டேய் அசடு.. நீ சும்மா இரு. நாங்க இருக்கோம். எது வந்தாலும் சமாளிப்போம்' என்று அங்கே என்னைப் பார்க்க வந்திருந்த அவரது குடும்ப நண்பர்கள் சொன்னார்கள். அதேநேரம் வீட்டுக்கு வெளியே ஒரு ரிக்‌ஷா வந்து நின்றது.

உள்ளே இருப்பவரைப் பார்க்க முடியாதபடி ரிக்‌ஷாவின் வெளியேயும் உள்ளேயும் திரைகள் தொங்கின. ரிக்‌ஷாக்காரரால் கூடப் பயணம் செய்பவரைப் பார்க்க முடியாது. ரிக்‌ஷாவைப் பார்த்தால் ஏதோ மன்னர் காலத்து மூடு பல்லக்கு மாதிரி இருந்தது. உள்ளே இளவரசி இல்லை. அதற்குப் பதிலாக நான் உட்கார்ந்திருந்தேன். மூடு பல்லக்கு மெல்ல நகர்ந்தது. எனக்கு இப்போது புன்சிரிப்பு பொங்கியது.

21. மணமகளே வருக !

பானுமதி சென்ற ரிக்ஷா வண்டி அவர் வாழ்க்கையைப் போலவே எதிர்பாராத திருப்பங்களின் ஊடாக விரைந்துகொண்டிருந்தது. அவர் விவரித்த விதமோ ஒரு சஸ்பென்ஸ் திரில்லர்போல இருந்தது.

"நான் சென்ற ரிக்ஷா, மயிலை ரங்கநாதன் தெருவில் நான் தங்க வைக்கப்பட வேண்டிய வீட்டுக்கு முன்னாலேயே நின்றுவிட்டது. (நான் எந்த வீட்டுக்குச் செல்கிறேன் என்று சொல்லாமல் இருக்கவே இந்த ஏற்பாடு). கமலம்மா என்னை வீட்டுக்குள் அழைத்துப் போனார்.

அங்கே எனக்கு முன்னதாகவே ராமகிருஷ்ணாவும் அவர் நண்பர்களும் இருந்தார்கள். திருமணத்தை எந்தக் கோயிலில் வைத்து நடத்துவது என்று தீவிரமான விவாதம் நடந்துகொண்டிருந்தது. அந்தக் கோயில் அப்பாவுக்குத் தெரியாத கோயிலாக இருக்க வேண்டுமே. கடைசியாக பைராகி மடத்துத் தெருவில் இருந்த வெங்கடேஸ்வரஸ்வாமி கோயில் என்று முடிவானது. அது கோடவுன் தெருவின் அருகில் இருந்தது. அங்கேதான் பேராசிரியர் ராமானுஜத்தின் வீடும் இருந்தது.

ஆர்.கே.யும் அவர் நண்பர்களும் ஐயரைப் பார்த்து ஆகஸ்டில் வெள்ளி மற்றும் ஞாயிறுக்கிழமைகள் முகூர்த்தத்துக்கு ஏற்றவை என நாள் குறித்துக் கொண்டு வந்தார்கள். திருமதி வெங்கடஸ்வாமி தன்னுடைய புதுப் புடவையைக் கொடுத்து உடுத்திக்கொள்ளச் செய்தார். அவருடைய ஒட்டியாணம், இன்னும் நகைகள் எல்லாம் போட்டு எனக்கு அலங்காரம் செய்வித்தார்.

வீட்டிலிருந்து வரும்போது நான் எவ்விதமான நகையும் அணிந்து வரவில்லை. கட்டிய புடவை யோடுதான் வந்தேன். இங்கே நடக்கிற ஏற்பாடுகளைப் பார்த்தால் இந்தக் கல்யாணம் தெய்வசித்தம்போல் தெரிந்ததே ஒழிய மனிதயத்தனத்தில் நடப்பதாகத் தெரியவில்லை.

"குழந்தாய் வா சாப்பிடு" என்று திருமதி வெங்கடஸ்வாமி அழைத்துப் போனார். அவரது வற்புறுத்தலின் காரணமாக இரண்டு வாய் சாப்பிட்டேன். ஒரு பக்கம் சந்தோஷம் மறுபக்கம் வருத்தம். என்னால் சாப்பிடவே முடியவில்லை.

திடீரென்று வெளியே பேச்சுக்குரல்கள் கேட்டன. கமலம்மா என்னிடம் 'நீ வெளியே வராதே. உள்ளேயே இரு' என்று

எச்சரித்துவிட்டு, 'யாரது?' என்று கேட்டுக்கொண்டு வெளியே போனார். 'அதொண்ணுமில்லை அம்மா. ஒரு ரிக்ஷாக்காரர் வந்து பச்சைப்புடவை கட்டின பெண் யாராவது இந்தப் பக்கம் வந்தார்களா?" என்று கேட்டார். 'பச்சைப் புடவையும் பார்க்கலே சிவப்புப் புடவையும் பார்க்கலே' என்று சொல்லி அனுப்பிவிட்டோம் என்றார் ஒருவர்.

த்ரில்லர் நிமிடங்கள்

அதே நேரம் சீதம்மாவும் வந்துவிட்டார். சீதம்மா பேசுவது வேடிக்கையாக இருக்கும். ராகம் போட்டு இழுத்து இழுத்துப் பேசுவார். சுற்றி இருப்பவர்களைச் சீண்டிவிட்டு அவர்கள் சிரிப்பதைப் பார்த்துத் தானும் சிரிப்பார். அவர் ஒரு ஜாலி டைப்.

கமலம்மா என்னைத் திரைகள் கட்டிய ரிக்சாவில் சீதம்மாவுடன் அனுப்பி விட்டார். ஆர்.கே.வுக்கும் அவர் நண்பர்களுக்கும் அடுத்தடுத்து செய்ய வேண்டிய வேலைகளைச் சொல்லி அனுப்பிவிட்டார். எல்லோரும் வேறு வேறு திசைகளில் சென்றார்கள்.

வெளியே இருட்டிவிட்டது. அந்த இருட்டில் முன்பின் தெரியாத சீதம்மாவுடன் மூடிய ரிக்ஷாவில் சென்று கொண்டிருந்தேன். சீதம்மாவின் தொண தொணப்பு வேறு. எதுவும் என் காதில் ஏறவில்லை. பழைய கதைதான். ரிக் ஷா நின்ற இடத்திலிருந்து நடந்தே அவர் வீட்டுக்குப் போனோம்.

நான் கேட்ட எந்தச் சந்தேகத்துக்கும் அவர் பதில் சொல்வதாக இல்லை. 'நாம் பிஞ்சால சுப்பிரமணியம் தெரு போகணும். அங்கே இரவு ஒரு டாக்சி வரும். அதில் ஏறிக்கொண்டு திருவல்லிக்கேணியில் இருக்கும் என் தோழியின் வீட்டுக்குப் போகணும்' என்றார். 'டாக்சியில் ஏன் போக வேண்டும்? இப்போ நடந்து போவது எதற்காக? டாக்சி இங்கே வராதா?' என்று கேட்டேன்.

சீதம்மா சிரித்தார். 'கமலம்மாவின் திட்டப்படிதான் எல்லாம் நடக்குது. ஏன் எதுக்கு என்று கேக்கப்படாது. கவலைப்படாதே பொண்ணே. நான் இருக்கேன்' என்று ராகம் போட்டுச் சொன்னார்.

சீதாம்மாவின் வீட்டுக்குப் போனோம். நள்ளிரவு பன்னிரண்டு மணி ஆகிவிட்டது. கவலையும் பயமும் என்னைப் பிடித்துக்கொண்டன. அப்போது லட்சுமண சாஸ்திரி என்பவர் வந்தார். அவர் கையில் கோட்டை மடித்து வைத்திருந்தார்.

இன்னொரு கையில் டர்பன் வைத்திருந்தார். 'டாக்சி தயாராக இருக்கு. இந்த கோட்டை பெண்ணுக்குப் போட்டுவிட்டு டர்பன் தலைக்கு வைத்து அழைத்து வாருங்கள்' என்றார். சீதம்மா புடவை மீது கோட்டை அணிவித்தார். என் தலை மீது டர்பனை வைத்தார். என்னை ஒரு தடவை பார்த்துவிட்டு 'நல்லாத்தான் இருக்கு' என்று சிரித்தார்.

ஏற்கெனவே குழம்பிப் போயிருந்த எனக்கு, இந்தப் புது 'கெட்டப்' எரிச்சலாக இருந்தது. இந்த நேரத்தில் கோபப்பட்டு என்ன பிரயோசனம்?

குடைந்தெடுத்த கேள்விகள்

என் மனசு போலவே வானத்திலும் மேகமூட்டம் கண்களில் கண்ணீர் திரள மறுபக்கம் வானம் பன்னீர் தூவ.. டாக்சி புறப்பட்டது. சற்று நேரத்தில் திருவல்லிக்கேணியில் ஒரு பங்களாவுக்கு முன்னால் கார் நின்றது. வாட்ச்மேன் வந்தார். தூக்கக் கலக்கத்தில் வந்து கேட்டைத் திறந்தார். கேட் கிரீச் என்ற சத்தத்துடன் திறந்தது.

ஒரு அறைக்குள் நானும் சீதம்மாவும் சென்றோம். சீதம்மா அறையின் கதவைத் தாளிட்டுவிட்டு வந்து படுத்தார். பிறகு பயங்கரமான குறட்டையுடன் தூங்க ஆரம்பித்தார்.

நான் டர்பனையும் கோட்டையும் கழற்றி வைத்தேன். நாங்கள் தங்கிய அறை குப்பையும் கூளமுமாக இருந்தது. புத்தகங்கள் அங்குமிங்கும் தாறுமாறாகக் கிடந்தன. எனக்குத் தூக்கம் வரவில்லை. பதினாறு மணி நேரத்தில் என் வாழ்க்கை என்னமாக மாறிவிட்டது! நம் கையில் ஒன்றுமில்லை. ஒரு கண்ணுக்குத் தெரியாத சக்தியின் கைகளில் நாம் வெறும் பொம்மைகள். அதுதான் நம்மை எப்படியல்லாமோ ஆட்டுவித்து வேடிக்கை பார்க்கிறது.

அந்தக் கமலம்மா யார்? என்னைச் சுற்றித் தோன்றியுள்ள இந்தப் புதிய கதாபாத்திரங்கள் எங்கிருந்து முளைத்தார்கள்? இந்த நாடகத்தை நடத்துவது யார்? அந்த சக்தி நடத்துகிற நாடகத்தில் என்னுடைய ரோல் என்ன? இதுவரை அப்பாவைத் தவிர வேறு உலகமே எனக்கில்லை. இன்றோ நான் விரும்பும் ஒருவரைத் திருமணம் செய்துகொள்ள வேறு உலகின் சோதனைகளுக்குள் ஆட்பட்டுவிட்டது ஏன்?

கேள்விகள் குடைய தலைசுற்றியது. கண்களை இறுக்க மூடிக்கொண்டேன். காலை குளிர்ந்த கடல்காற்று ஜன்னல் வழியே வந்து வீசியது. நாங்கள் சென்ற கார் கோடவுன் தெருவில் இருந்த ஒரு பழைய கட்டிடத்தின் முன்னால் நின்றது. நாங்கள் கதவைத் தட்டினோம். பேராசிரியர் ராமானுஜம் கதவைத் திறந்தார்.

புன்சிரிப்புடன் 'காலை வணக்கம்..மணமகளே வருக' என்று இரு கைகளை விரித்து நாடக பாணியில் வரவேற்றார். 'ஆஹா சோகமாக முகத்தை வைத்துக் கொண்டது போதும். உன் அழகான சிரிப்பைச் சிந்து பார்க்கலாம். அவ்வளவுதான் இனி எங்கும் போக வேண்டாம்' என்று சீதம்மா ராகம் போட்டு பேச எல்லோரும் சிரித்தார்கள்.

நான் மெலிதாகப் புன்னகைத்தேன்.

22. கல்யாணமும் கண்ணீரும் !

பானுமதி அம்மையாரின் குரலில் ஒரு மாற்றம் தெரிந்தது. ஏதோ ஒரு தடுமாற்றம், தயக்கம், பழைய கண்ணீர் இல்லை. குரல் மங்கிப் போய்விட்டது. பேச்சில் ஒரு குழப்பம்.

எனக்குப் புரிந்தது என் முன்னாலிருப்பது பானுமதி அம்மையாரே அல்ல. திருமணத்துக்காகக் காத்திருக்கும் ஒரு அறியாத பெண். பல வருடங்கள் பின்னோக்கிச் சென்றுவிட்டார் பானுமதி. அந்த வாழ்க்கையை என் முன்னால் மறுபடி வாழ்ந்துகொண்டிருந்தார் அவர்.

"சீதம்மா சொன்னார் என்பதற்காகச் சிரித்து வைத்தேன். எனக்குத் தலைவலி மண்டையைப் பிளந்தது" என்று மெதுவாகச் சொன்னார். அவர் பார்வை காலத்தைத் தாண்டி லயித்தது. பானுமதி தொடர்ந்தார்.

"'அப்போது பார்த்து கமலா அம்மா வந்து சேர்ந்தார். "வெள்ளிக்கிழமை முகூர்த்தம் வைக்க முடியாது இன்னும் மூணு நாளைக்கு அப்புறம்தான்' என்ற சீதம்மா, 'போ போய்க் குளிச்சுட்டுப் புடவை மாற்றிக்கொண்டு வா' என்று என் நிலைமையை கமலா அம்மாவுக்குப் புரியவைத்தார்.

எனக்குச் சொல்ல முடியாத வெட்கம் உண்டாயிற்று. 'சீ...சீ என்னால் இவங்களுக்கு எவ்வளவு தொல்லை!' நான் வேகமாக உள்ளே போனேன்.

'அதனால் என்ன? ஞாயிற்றுக்கிழமை கல்யாணத்தைத் தடபுடலாக நடத்திவிடுவோம்' என்று உற்சாகமாகச் சொன்னார் கமலா. இவர் என்ன மனுஷியா? இல்லை வானுலக தேவதையா? என்று அவரைப் பார்த்து வியந்தேன். என்னை அருகில் உட்காரவைத்து தலையைத் தடவிக் கொடுத்தார். அவரது வாய், கல்யாண ஏற்பாடுகள் என்னென்ன செய்ய வேண்டும் என்று எல்லோரிடமும் பட்டியல் போட்டுச் சொல்லிக் கொண்டிருந்தது. 'எல்லோரும் வந்தாச்சா?' என்று ஒரு நண்பர் கேட்டார்.

'ஒருத்தர் மட்டும் வரவில்லை. அவரை நான் போலீஸ் கமிஷனர் ஆபீசுக்கு அனுப்பியிருக்கிறேன். பெண்ணின் கல்யாணத்துக்கு போலீஸ் பந்தோபஸ்து கேட்டிருக்கிறேன்...நானே போலீஸ் கமிஷனர் மிஸ்டர் பெட்ரோவைப் போய்ப் பார்க்கணும்'

'என்ன அக்கா? போலீஸ் அது இதுன்னு மிரட்டறே...இது என்ன மிலிட்டரி கல்யாணமா?' என்று சீதம்மா கேட்டார்.

'அப்படியில்லை, பெண்ணின் தகப்பனார் கூட்டத்தோடு வந்து 'என் பெண் மைனர்' என்று சொல்லி கல்யாணத்தை நிறுத்தப் பார்த்தால் என்ன பண்றது? இதெல்லாம் ஒரு முன்னெச்சரிக்கை ஏற்பாடு. அவ்வளவுதான்' என்று சொல்லிவிட்டுப் போனார் கமலம்மா.

சற்றைக்கெல்லாம் ராமகிருஷ்ணாவும் அவருடைய நண்பர்களும் வந்தார்கள். என் கண்கள் கலங்கியிருந்ததைப் பார்த்து ராமகிருஷ்ணா 'அழாதே அம்மாயி! வீட்டுக்குப் போகணும்போல இருந்தா இப்பவே கூட நீ போகலாம்' என்றார்.

'நீ சும்மா இரு ராம். குழந்தையை ரொம்பக் குழப்பாதே!' என்றார் சீதம்மா.

ஜார்ஜ் டவுனில் இருந்த வெங்கடேஸ்வர பெருமாள் கோயிலில் திருமணத்தை விமரிசையாக நடத்த ஏற்பாடுகள் நடந்தபடி இருந்தன. கல்யாணத்துக்குப் பெண் வீட்டாரையும் பிள்ளை வீட்டாரையும் அழைப்பதைப் பற்றிப் பேச்சு வந்தது. ராமகிருஷ்ணா உறுதியாகச் சொல்லிவிட்டார்.

'இரு வீட்டாரும் இல்லாமலேதான் இந்தக் கல்யாணத்தை நடத்த வேண்டும்' கல்யாணம் விமரிசையாக நடக்கப் போவதைத் தெரிந்துகொண்ட ராமகிருஷ்ணா, 'இதெல்லாம் வேண்டாம்

அம்மா. 'செஞ்சுலக்ஷ்மி' பட வேலை நடந்துகிட்டிருக்கு. (கமலா கோட்னிஸ் கதாநாயகி, சி.ஹெச். நாராயணராவ்தான் கதாநாயகன்) தயாரிப்பாளர் சௌந்தரராஜன் (தமிழ்நாடு டாக்கீஸ்). இரண்டாயிரம் ரூபாய் தருவதாகச் சொல்லியிருக்கிறார். அதை வாங்கித் தருகிறேன்' என்றார்.

கமலம்மா சிரித்தபடி 'நீ வாங்கிட்டு வரும் பணத்தை உன் மனைவியிடம் கொடு. இந்தப் பேச்சை விட்டுவிடு' என்றார்.

கல்யாண நாள் நெருங்கிக் கொண்டிருந்தது. கவலையால் சாப்பாடு இறங்க மறுத்தது. சீதம்மா ஏதாவது சொல்லி என்னை உற்சாகப்படுத்த முயன்றபடி இருந்தார். 'அசோகவனத்தில் சீதை இருந்ததுபோல் இருக்காதே அம்மா. முகத்தை சந்தோஷமாக வைத்துக்கொள். இதோ பார் எங்கள் வீட்டு அவுட்ஹவுசில் நீங்கள் குடும்பம் நடத்தலாம். வாடகை ரூ. 15 தான்' என்றார்.

மறுநாள் மணப்பெண் அலங்காரம் தொடங்கிவிட்டது. பிரபலப் பின்னணி பாடகி ஆர்.பாலசரஸ்வதிதேவி வந்து சேர்ந்தார். மிகவும் ராசியான அவர்கள் வீட்டு மனைப் பலகையையும் கொண்டுவந்தார்.கமலம்மாவின் நெருங்கிய நண்பர் பூரம் பிரகாசராவ் இரண்டு கார்களை அனுப்பியிருந்தார்.

திகைப்புடன் தாலி கட்டிய மணமகன்

கோயிலுக்குப் புறப்பட்டோம். அங்கே போலீஸ்காரர்கள் நின்றுகொண்டிருந்தார்கள். எடிட்டர் ராஜன் எங்களை ஒளிப்படம் எடுத்தபடி இருந்தார். ராமகிருஷ்ணாவின் நண்பர்கள் எந்த அசம்பாவிதமும் ஏற்பட்டுவிடாதபடி கண்காணித்தார்கள். நான் மனைப்பலகையில் உட்கார்ந்தேன். புனித மந்திரங்களின் உச்சாடனம் ஒலிக்கத் தொடங்கியது. ஹோமப்புகை எங்கும் பரவியது. என் கண்களில் கண்ணீர் பெருகியது.

சாஸ்திரிகள், என் பெற்றோர் ஸ்தானத்தில் இருந்து என்னைக் கன்யாதானம் செய்துகொடுக்க ஒரு தம்பதியை ஏற்பாடு செய்திருந்தார். அவர்களைப் பார்த்ததும் ஒருவேளை போன ஜென்மத்தில் இவர்கள் என்னுடைய பெற்றோரோ என்னவோ என்று நினைத்துக்கொண்டேன்.

நாதஸ்வரம் மேளம் மட்டுமின்றி டிரம்ஸ், கிளாரினட் இசையும் சேர்ந்துகொண்டன. எங்கே பார்த்தாலும் மகிழ்ச்சியின் கோலாகலம்.. கை குலுக்கல்கள். என் கழுத்தில் மங்கலநாண் அணிவிக்கும்போது ராமகிருஷ்ணாவைப் பார்த்தேன். அவர் கண்களில் ஏதோ ஒரு திகைப்பு இழையோடியது. என் மனக்கஷ்டத்தையும் அதேநேரம் மனோதிடத்தையும் பார்த்ததால் ஏற்பட்டிருக்கலாம். எல்லோரும் எங்கள்மீது அட்சதை தூவி ஆசீர்வதித்தார்கள். என் மாமியார் கொடுத்தனுப்பிய நாகவள்ளிப் புடவையைக் கோயிலுக்குப் பின்னால்போய் மாற்றிக்கொண்டு வந்தேன்.

(அப்போதெல்லாம் கோவில் திருமண மண்டபத்தில் அறை வசதி எல்லாம் கிடையாது). அந்தப் புடவை எனக்கு வெகு அழகாகவும் பாந்தமாகவும் இருப்பதாகச் சொன்னார்கள். திருமண விருந்து 200 பேருக்கு மாடர்ன் கபேயில் ஏற்பாடு செய்யப்பட்டிருந்தது. விருந்துக்குப் பிறகு ஒரு இசைக் கச்சேரி. அதில் பாலசரஸ்வதியுடன் சேர்ந்து என்னையும் பாட வற்புறுத்தினார்கள். அதன்பிறகு கமலம்மா பிடிவாதமாக எங்களை மாலையும் கழுத்துமாக எங்கள் வீட்டுக்குக் கூட்டிச்சென்றார்.

அப்பா எனும் குழந்தையின் முன்னால்

கார் பீச் ரோடு வழியாக ஆழ்வார்பேட்டை நோக்கிப் போயிற்று. தூரத்தில் கடல் தெரிந்தது. என் மனசுக்குள்ளும் அலைகளின் ஆர்ப்பரிப்பு. வீடு போய்ச் சேர்ந்தோம். அப்பா உடம்பு சரியில்லாமல் கட்டிலில் படுத்திருந்தார். அம்மா பக்கத்தில் உட்கார்ந்து அவர் காலைப் பிடித்துவிட்டுக் கொண்டிருந்தார்.

அப்பாவைப் பார்த்ததும் எனக்கு அழுகை பீறிட்டது. நானும் என் கணவரும் அவர் காலைத் தொட்டு வணங்கினோம். அப்பா என்னைப் பக்கத்தில் உட்கார வைத்துக் கொண்டு 'அம்மா உனக்கு கன்யாதானம் பண்ணித்தரும் பாக்யத்தை எனக்கு இல்லாமல் பண்ணிவிட்டாயே' என்று அழத் தொடங்கிவிட்டார்.

'வெங்கட சுப்பையா எல்லாம் உன் பிடிவாதத்தால் வந்ததுதான். நாங்கள் எல்லாம்தான் காரணம் என்று சொல்லலாம். ஆனால், இதை நாங்கள் செய்யவில்லை. எங்கள் மூலம் கடவுள் நடத்தி வைத்திருக்கிறார். நீ இல்லை என்ற குறையைத் தவிர உன் பெண்ணின் கல்யாணம் சாஸ்திர சம்பிரதாயம் ஒன்று விடாமல் நடந்தது. பெருமாள் கோயிலில் வைத்துதான் ராமு தாலிகட்டினான். ராமுவைத்தான் உனக்குத் தெரியுமே.

அவன் ஒரு ஜெம். உன் மகளும் அதிர்ஷ்டம் செய்தவள்தான். நாங்களும் உங்கள் நண்பர்கள்தானே. இரண்டு பேரையும் மனப்பூர்வமாக ஆசீர்வாதம் செய்து அனுப்பிவை' என்று அப்பாவைத் தேற்றினார்கள் எனக்குத் திருமணம் செய்தது அவரது நண்பர்கள். ஒரு குழந்தையைப் போல் மாறிவிட்டிருந்த அப்பா, என் தலைமீது கை வைத்து ஆசீர்வதித்தார். அம்மா குங்குமமும் மஞ்சளும் தந்துவிட்டு உள்ளே போய்விட்டாள். பிறகு என் நகைகள் எல்லாவற்றையும் ஒரு தட்டில் வைத்து எடுத்து வந்து ராமகிருஷ்ணாவிடம் நீட்டினாள்.

'வேண்டாம் அம்மா இதையெல்லாம் நீங்களே வைத்துக் கொள்ளுங்கள். இப்போ என் மனைவி எப்படி இருக்கிறாளோ, அப்படியே இருக்கட்டும்' என்று திடமான ஆனால் பணிவான குரலில் சொன்னார் என் கணவர். அப்போது நான் எப்படி இருந்தேன் தெரியுமா? கையில் கண்ணாடி வளையல்கள். கழுத்தில் தாலிச் சரடு. அத்துடன் ஒரு கருகமணி மாலை. அவ்வளவுதான். என் எளிமைக் கோலத்தைப் பார்த்து அம்மா அழுகையை அடக்கியபடி உள்ளே ஓடினாள்.

அப்பாவின் நினைவுகள்

புறப்படலாம் என்றார்கள் என்னுடன் வந்தவர்கள். அப்பாவை விட்டுப் பிரிந்து போகும் யதார்த்தம் என்னைச் சுட்டது. ஏன்தான் இந்தக் கல்யாணத்தை செய்து கொண்டோமோ என்று மனசு துடித்தது. தாங்க முடியாமல் அழுகையில் விம்மினேன். கல்கத்தாவில் 'வர விக்ரேயம்' படப்பிடிப்பின் போது வங்காளிச் சாப்பாடு எனக்குப் பிடிக்கவில்லை. அப்போது அவர் என்னை மடியில் உட்கார வைத்துக்கொண்டு, ஆரஞ்சுப் பழத்தை ஒவ்வொரு

சுளையாகப் பொறுமையுடன் உரித்து, என் பசி தீரும்வரை ஊட்டிவிட்டது எனக்கு நினைவுக்கு வந்தது.

இரவில் படப்பிடிப்பு நடந்தால் தூங்காமல் கண்விழித்து கண்ணின் இமைபோல் என்னைக் காத்ததும் ஞாபகம் வந்தது.

அப்படிப்பட்ட அப்பாவைப் பிரிந்து போகிறேன். அப்பா கஷ்டப்பட்டு எழுந்து என் கையைப் பிடித்து ராமகிருஷ்ணாவின் கைகளில் ஒப்படைத்தார். 'குழந்தாய் போய் வா. கடவுள் உனக்கு நல்ல புத்திரபாக்யம் அருளட்டும்' என்றார். கார் புறப்பட்டது. எங்கள் வீட்டைத் திரும்பிப் பார்த்தேன். இந்த வீட்டுக்கு இனி நான் அந்நிய மனுஷிதான். நான் புக்ககம் போகிறேன். இந்த வீட்டில் இனி நான் வசிக்கவே முடியாது. வாசலில் நின்றபடி அப்பாவும் அம்மாவும் கையசைத்தார்கள். மனசைக் கல்லாக்கிக்கொண்டு நானும் கையசைத்தேன். கண்கள் கோதாவரியாக மாறியிருந்தன.

23. அல்ப விஷயங்களின் ஆனந்தம்!

பானுமதி அம்மையார் கண்ணைத் துடைத்துக்கொண்டார். எத்தனையோ வருடங்களுக்கு முன்னால் திரண்ட கண்ணீர்த் துளிகள், இப்போது உதிர்கின்றன.

என் மனசைப் படித்துவிட்டதுபோல் சொன்னார் பானுமதி.

"எத்தனை வருடங்கள் ஆனால் என்ன? அப்பா அம்மாவை மறக்க முடியுமா சார்?"

'முடியாதுதான்' என்றேன் நெகிழ்ச்சியுடன். பானுமதி தொடர்ந்தார்.

"கோடவுன் தெருவுக்கு நாங்கள் போய்ச் சேர்ந்தபோது, அங்கே இருந்தவர்கள் ஆவலுடன் கேட்டது, 'அப்பா அம்மா ஆசீர்வாதம் கிடைத்ததா?' என்றுதான். 'பரிதாபம்! அப்பா என்னமோ சிங்கம், புலி மாதிரி பாய்வார் என்று நினைச்சுகிட்டுப் போனோம்! அவர் என்னடான்னா... குழந்தை மாதிரி அழுகிறார்.

அவர் மனசு இவ்வளவு மென்மையாக இருக்கும்னு தெரிஞ்சிருந்தா கல்யாணத்துக்கு அவங்களையும் கூப்பிட்டிருக்கலாம்' என்று கமலம்மா வருத்தத்துடன் சொன்னார்.

'சரி பிராப்தம்னு ஒண்ணு இருக்கே' என்று சொல்லிவிட்டு 'சாயங்காலம் புதுமணத் தம்பதிக்கு ஏதாவது கொண்டாட்ட நிகழ்ச்சி வச்சுக்கலாம். என்ன செய்யலாம் சொல்லுங்க' என்றார் கமலம்மா.

"இங்கே பக்கத்து தியேட்டர்ல கே.எல்.சைகாலின் 'ஜிந்தகி' ஓடிட்டிருக்கு... பாட்டெல்லாம் பிரமாதமாக இருக்கும். போலாமா?" என்று யாரோ சொன்னார்கள். எல்லோருக்கும் இந்த யோசனை பிடித்திருந்தது. டிக்கெட்டுகள் வாங்கிவர ஒருவரை அனுப்பினார்கள். தியேட்டரில் எல்லோரும் ஒரே வரிசையில் உட்கார இடம் கிடைத்தது. நான் என் கணவருக்கு அருகில் உட்கார்ந்தேன். படம் தொடங்கியது. ஒரு சின்ன ரொமான்ஸ். என் கணவர் என் கையை எடுத்துத் தன் கையோடு சேர்த்துக்கொண்டார். திடீரென்று எனக்கு அந்தண்டைப் பக்கம் சீதம்மா உட்கார்ந்திருந்தது ஞாபகம் வரவே சட்டென்று தன் கையை இழுத்துக்கொண்டுவிட்டார். படத்தின் பெயர் எல்லாம் எனக்கு ஞாபகமில்லை. ஆனால், சில காட்சிகளில் நான் அழுதுவிட்டேன்.

தனிக் குடித்தனம்

மறுநாள் காலை தி.நகர் மகாலட்சுமி தெருவில் எங்களுக்காக ஏற்பாடு செய்யப்பட்டிருந்த புது வீட்டுக்குக் குடிபோனோம். ஒரு சமையலறை, படுக்கையறை. கூடத்திலிருந்து மேலே செல்லும் படிக்கட்டுகள். அங்கே ஒரு சிறிய அறை. வராந்தா, அவ்வளவுதான். 15 ரூபாய் வாடகை. கமலம்மா புறப்பட்டுவிட்டார். 'ராமு என் குழந்தை மாதிரி', என் குழந்தைகளோடு படித்தான். அவன் போன பிறவியில் நிச்சயம் என் மகனேதான். அதனால்தான் மகனாகவே நினைத்து இந்தக் கல்யாணத்தைப் பண்ணி வைத்திருக்கிறேன்' என்றார் கண்ணீர் மல்க. ஆனால், நடந்தது வேறு. கமலம்மாவுக்கும் கல்யாண வயதைக் கடந்த பிள்ளைகள் இருந்தார்கள். அவர்களுக்குக் கடைசிவரை கமலம்மா கல்யாணம் பண்ணவே முடியாமல் போய்விட்டது. இன்றுவரை இந்த விஷயம் ஆச்சரியத்தையும் திகைப்பையும் உண்டு பண்ணுகிறது.

நாங்கள் தனிக்குடித்தனம் தொடங்கிவிட்டோம். எனக்கு அவ்வளவாகச் சமைக்கத் தெரியாது. ஏதோ பருப்பும் கீரையும் கலந்து என்னவோ செய்வேன். கத்தரிக்காய்ப் பொரியல் ருசியாகச் சமைப்பேன். சாதம் மட்டும் வைக்கத் தெரியாது இன்றுவரை. சட்னி வகையறாக்கள் கூட்டுவதிலும் எனக்குச் சமர்த்து போதாது. என் கணவர், 'நீ ஒன்றும் கவலைப்படாதே. நான் பிரமாதமாகச்

சமைப்பேன். என் தங்கைகள் திருமணம் ஆகிப்போன பிறகு அம்மாவிடம் கத்துக்கிட்டேன்' என்றார். அன்று நாங்கள் இரண்டு பேரும் சேர்ந்து சமையல் செய்தோம். நான் செய்த கத்தரிக்காய்ப் பொரியலை ஓஹோ என்று புகழ்ந்தார். இவ்வளவு ருசியாகச் என்னால் செய்ய முடியும் என்று அவரால் நம்பவே முடியவில்லை.

ஒரே நாளில் மூன்று படம்

என் கணவர் அப்போது 'செஞ்சு லட்சுமி' பட வேலைகளைக் (1943) கவனித்துக் கொண்டிருந்தார். ஒரு நாள் திடீரென்று 'ஏதாவது இங்கிலீஷ் படம் போய்விட்டு வரலாமா?' என்று கேட்டார். காஸினோ திரையரங்கில் பிற்பகல் காட்சிக்குப் போனோம். அந்தப் படத்தின் கதாநாயகியாக நடித்த இங்க்ரிட் பெர்க்மான் அழகைப் பார்த்து மயங்கிவிட்டேன். இந்த உலகில் இப்படிக்கூட அழகான பெண் இருப்பாளா என்று ஆச்சரியப்பட்டேன். சமீபத்தில் இங்க்ரிட் பெர்க்மான் இறந்துவிட்டதாக பேப்பரில் படித்தேன். அப்படியே இடிந்து போய்விட்டேன். அழகால் உலகத்தையே கட்டிப் போட்டாலும் மரணத்தின் முன் மண்டியிடத்தான் வேண்டும் என்று புரிந்தது.

அன்று படம் முடிந்து திரையரங்கைவிட்டு வெளியே வந்தோம். 'இப்போது வீட்டுக்குப் போய் என்ன செய்யப் போகிறோம்? டிபன் சாப்பிட்டுவிட்டு இன்னொரு படத்துக்குப் போகலாம்' என்றார் என் கணவர். நியூ எல்பின்ஸ்டன் திரையரங்கில் (இன்று அந்தத் திரையரங்கம் இல்லை) நாங்கள் வேறு படம் பார்த்தோம். இரவு 9 மணி ஆகிவிட்டது. வீட்டுக்கு போக வேண்டுமென்றால் 11ம் நம்பர் பஸ்சை பிடிக்க வேண்டும். அரைமணி நேரம் காத்திருந்தோம்.

பஸ் வருகிற வழியைக் காணோம். குளோப் தியேட்டரில் ஒரு அருமையான காமெடி படம் ஓடுகிறது பார்ப்போமா?" என்றார். நான் ஓகே என்றேன் உற்சாகத்துடன்!

சாலையோரம் நடந்தபடி, நடைபாதையில் மக்களோடு மக்களாகக் கலந்து கவலையற்று இப்படிப் படங்களைத் தொடர்ந்து பார்த்தபடி வெளி உலகில் சுற்றித் திரிவது எனக்குப் புது அனுபவம். படம் தொடங்கியது. ஏதோ வேறொரு நாட்டில் சஞ்சரிப்பதுபோல் இருந்தது. அங்கே விலங்குக் காட்சிச் சாலையில் விலங்குகள் பண்ணுகிற சேட்டைகளைப் பார்த்து விழுந்து விழுந்து சிரித்தோம். இடைவேளையில் என் கணவர் எனக்கு ஐஸ்க்ரீம் வாங்கிக் கொடுத்தார். அப்பாவாய் இருந்தால் 'வேண்டாம்மா தொண்டை கட்டிக்கும்' என்று சொல்லியிருப்பார். ஐஸ்க்ரீமை ஆசை தீரச் சாப்பிட்டேன். இவையெல்லாம் அல்ப விஷயங்களாகத் தோன்றலாம். ஆனால், அவை என் வாழ்க்கையில் இனிமையான தருணங்கள்.

பேயின் பிடியில் நான்

இரண்டாம் ஆட்டம் படம் முடிவதற்கு இரவு 12 மணி ஆகிவிட்டது. மழை வேறு பெய்யத் தொடங்கிவிட்டது. பஸ் போக்குவரத்து நின்று விட்டது. ஒரு ரிக்ஷாவில் புறப்பட்டோம். ரிக்ஷாவில் போகும்போது எதிர்பக்கமிருந்து வீசியடித்த மழையில் தொப்பலாக நனைந்துவிட்டோம். அப்போது யுத்தகாலம். எங்கள் ரிக்ஷாவுக்குப் பின்னால் ராணுவ வீரர்கள் சிலர் பூட்ஸ் சத்தத்துடன் நடந்து வந்து கொண்டிருந்தார்கள். நான் குளிராலும் பயத்தாலும் நடுங்கியபடி என் கணவருடன் ஒண்டிக்கொண்டேன். என் கணவர், 'சரியான பயந்தாங்கொள்ளியாக இருப்பாய் போலிருக்கே?' என்று சிரித்தார். வீடு போய்ச் சேரும்போது இரவு மணி ஒன்றாகிவிட்டது. மறுநாள் எனக்குக் காய்ச்சல் கண்டுவிட்டது.

எங்கள் படுக்கை அறையில் முன்னால் இருந்த குடித்தனக்காரர்கள் ஒரு பெரிய கட்டிலை விட்டுச் சென்றிருந்தார்கள். அதன்மேல் வீட்டுச் சாமான்களை வைத்திருந்தோம். பிற்பகல் அந்தச் சாமான்களில் சிலவற்றைக் கீழே வைத்துவிட்டு கட்டிலின் மேல் ஓரமாகப் படுத்துத் தூங்கினேன். அசந்த தூக்கத்தில் யாரோ என்னை அமுக்குவது போல இருந்தது. மூச்சுவிட முடியாமல் திணற ஆரம்பித்தேன்.

என்னை அறியாமலே பகவத் கீதையில்வரும் புருஷ ப்ராப்தியோகத்தில் வரும் சுலோகங்களைச் சொல்ல ஆரம்பித்தேன். இதெல்லாம் எனக்கு மனப்பாடமாகத் தெரியும். சட்டென்று உடம்பு லேசாயிற்று.

எழுந்து ஓடிப்போய்க் கதவைத் திறந்து 'பேய்! பேய்!' என்று கத்தினேன். அந்த வீட்டில் வேலைசெய்த ஆயா முனியம்மா ஓடிவந்து 'என்னம்மா என்ன ஆச்சு?' என்றாள். நான் நடந்ததைச் சொன்னேன்.

அந்த ஆயா சிரித்தபடி 'ஓ! அந்தக் கட்டில் மேல ஏம்மா படுத்தீங்க? இந்த வீட்டில் குடியிருந்த ஒரு மார்வாடிப் பெண், அந்தக் கட்டில்மேல்தான் உயிரைவிட்டாள்... அவதான் அங்கே ஆவியா சுத்துறா...' என்று சொல்லி என் நெற்றியில் விபூதி பூசிவிட்டாள். என் கணவர் அலுவலகத்திலிருந்து இரவு திரும்பியதும் நடந்ததைச் சொன்னேன். 'நான்சென்ஸ்! பேயாவது, பிசாசாவது!' என்று சொன்னார் அவர்.

சிறிது காலம் சென்றது. என் கணவருக்கு ஓய்வுகிடைக்கும் போதெல்லாம் சினிமா பார்க்கச் செல்வோம். அருமையான பல நல்ல ஹாலிவுட் படங்களை எல்லாம் என் கணவருடன் சேர்ந்து பார்த்துவிட்டேன். ஒரே நாளில் மூன்று படங்கள் வரைகூடப் பார்ப்போம். படம் பார்ப்பது, 11ம் எண் கொண்ட பேருந்துக்காகக் காத்திருப்பது, பேருந்து தூரத்தில் வருவதைப் பார்த்துக் குதூகலிப்பது என்று ஆனந்தமாகக் கழிந்த நாட்கள் அவை.

சமீபத்தில் என் மகன் அமெரிக்காவிலிருந்து மெர்சிடஸ் பென்ஸ் காரைத் தருவித்திருந்தான். அந்த காரில் மவுண்ட் ரோடு (அண்ணாசாலை) வழியாகப் பயணித்தபோது திருமணமான புதிதில் கிடைத்த திரில்லான அனுபவங்களை நினைத்தபோது இனித்தது. சுதந்திரப் பறவைகளாய் நாங்கள் சுற்றித்திரிந்த அந்தக் காலம்தான், என் வாழ்வின் விலை மதிக்க முடியாத காலம் என்பேன்!.

இந்த வேளையில்தான் என் வாழ்வில் ஒரு சூறாவளி புகுந்தது!

24. நான் இனி நடிக்க மாட்டேன்!

அன்றைக்கு பானுமதி அம்மையார் வீட்டுக்குச் சீக்கிரமே சென்று விட்டேன். கூர்க்கா ஒரு புன்சிரிப்புடன் கேட்டைத் திறந்துவிட்டார். ஓட்டுநர் கோவிந்து காரைத் துடைத்துக்கொண்டிருந்தார். நாய்களின் குரைப்புகூட இல்லை. மெல்லப் படியேறினேன். மாடியில் வலப்பக்க அறையில் அலுவலக வேலையில் அண்ணாசாமி மூழ்கியிருந்தார். ஜன்னல் கம்பிகளைத் துடைத்துக்கொண்டிருந்த சிறுவயதுப் பெண் என்னைப் பார்த்துச் சிரித்தார்கள். கூடத்தில் இருந்த சோபாவில் உட்கார்ந்தேன். மின் விசிறிகூட ஓசைப்படமல் சுழன்றது. எங்கும் மௌனம்... மௌனம்.

சாளரத்தின் வழியே வாதாம் மரக் கிளையில் உட்கார்ந்து ஒரு அணில் என்னையே பார்த்தது. அதுவும் மௌன விரதம் பூண்டுவிட்டது. திடீரென்று ஊதுவத்தி வாசனை. மணி ஓசை ஒலிக்க... பூஜை அறையிலிருந்து வெளிப்பட்ட பானுமதி "வாங்க சார்!" என்றார். நான் 'வணக்கம்' என்றேன். "வணக்கம்! இன்னிக்கு வெளியே போக வேண்டி இருந்தது. போயிட்டு வந்துடலாம்னு பார்த்தேன்.

தஞ்சாவூர்க் கவிராயர் ● 129

சீக்கிரம் வந்துட்டீங்களே! பரவாயில்லை முதல்ல நான் விட்ட இடத்திலிருந்து பேசிடுறேன்" என்று எதிர் சோபாவில் அமர்ந்தவர், "எங்கே நிறுத்தினேன் சொல்லுங்க பார்ப்போம்" என்றார். 'ஏதோ சூறாவளின்னு சொன்னீங்க. எனக்கு இருப்புக் கொள்ளலை. என்னன்னு தெரிஞ்சுக்கணும்னு ஒரு அவசரம். அதான் சீக்கிரம் வந்துட்டேன்' என்றேன். "வேறென்ன சூறாவளி? சினிமா சூறாவளிதான்!" பானுமதி எனும் கதைசொல்லியின் முகத்தில் உற்சாகம் ஒளிர்ந்தது. என் நோட்டைப் பிரித்துக் குறிப்புகளை எழுதத் தொடங்கினேன். பானுமதி பகிர்தலைத் தொடர்ந்தார்.

கரி அடுப்பில் சமையல்

"ஒருநாள் எங்கள் புதுவீட்டில் இரண்டு கரி அடுப்புகளில் நெருப்பு மூட்டி சமையல் செய்யும் மும்முரத்தில் இருந்தேன். அன்று பிற்பகல் என் கணவருடன் சினிமா பார்க்கப் போவதாகத் திட்டம். அந்த நேரம் பார்த்து லிங்கமூர்த்தி அண்ணா வந்தார். 'பெத்தம்முடு' (மூத்த பெண்) என்று கூப்பிட்டார். கல்யாணத்துக்கு முன்பிருந்தே என்னை பெத்தம்முடு என்றும் என் தங்கை செல்லியை சின்னம்முடு என்று அழைப்பது அவர் வழக்கம். கரி அடுப்புகளைப் பனை ஓலை விசிறியால் விசிறிக் கொண்டிருந்தேன்.

அதைப் பார்த்துவிட்டு 'ஆகா! கடவுளின் விசித்திரமான விளையாட்டுகளில் இதுவும் ஒன்றா?' என்று என் பக்கத்தில் தரையில் உட்கார்ந்துகொண்டார். அண்ணா நாற்காலியில் உட்காருங்கள் என்றேன். அவரோ, 'பரவாயில்லை அம்முடு. நீங்க மனசுல என்னதான் நினைச்சுகிட்டு இருக்கீங்க? என் மைத்துனர்

மனசுல என்ன திட்டம்? நீ காலமெல்லாம் இந்தக் கரி அடுப்பு முன்னாடியே உட்கார்ந்து கிடக்கணும்னு நெனைக்கிறாரா? ஐயோ அம்மா இதைப் பார்க்க என்னாலேயே சகிக்க முடியவில்லையே. உன் அப்பா பார்த்தால் மயக்கம் போட்டே விழுந்துடுவார். அடடா, என் செல்லமே உனக்கு ஏனம்மா இந்தக் கஷ்டம்?' லிங்கமூர்த்தி அண்ணா பேசும்போது சினிமா வசனம் பேசற மாதிரியே இருக்கும். என்றாலும், எனது நிலைமையைப் பார்த்துத் தவித்துப் போய்விட்டார்.

அவரது தவிப்பைப் போக்கும் விதமாக 'அண்ணா இதில் என்ன கஷ்டம்? சொல்லப்போனா இதுதான் எனக்குப் பிடிச்சிருக்கு. இந்த வாழ்க்கை நானே விரும்பி ஏத்துக்கிட்டதுதானே? இப்படிப்பட்ட சாதாரண மிடில் கிளாஸ் வாழ்க்கை முறை எனக்குப் பிடிச்சிருக்கு. இப்படி வாழணும்னுதான் கனவு கண்டேன். சினிமா சமாச்சாரம் எல்லாம் எனக்குப் பிடிக்காதுன்னுதான் உங்களுக்குத் தெரியுமே?' என்றேன். ஆனால், அவர் சமாதானம் அடைந்தபாடில்லை.

'அதெல்லாம் சரி அம்மா! கடவுள் உனக்கு எப்பேர்பட்ட இனிமையான சாரீரத்தைக் கொடுத்திருக்கிறார். இதை அடுப்பூதி கெடுத்துக்கணுமா? இந்த மாதிரி புகை அடுப்பை ஊதணுமா? இல்லை அழகாப் பாடணுமா? உன் பாட்டு எத்தனை பேரைச் சொக்கவச்சிருக்கு! எவ்வளவு பெரிய எதிர்காலம் உனக்காகக் காத்திருக்கு. பி.என். ரெட்டி எப்பேர்பட்ட ஜீனியஸ். அவருக்கே நீ எடுத்த முடிவு ரொம்ப அதிர்ச்சியா இருக்கு' என்று தன் கன்னத்தில் கைவைத்தார். ஓஹோ, லிங்கமூர்த்தி அண்ணா இதுக்குத்தான் வந்திருக்கிறாரா?

நிஜமா, நடிப்பா?

எனக்குள் எரிச்சலும் ஆத்திரமும் மூண்டன. இந்த சினிமாப் பேர்வழிகள் எங்களை நிம்மதியாக வாழவிட மாட்டார்கள் போலிருக்கிறதே. எனக்குள் ஒரு விதமான பயமும் ஏற்பட்டது. கையிலிருந்த பருப்புப் பாத்திரத்தைக் கீழே வைத்தேன். அவருக்கு உறைப்பதுபோல, 'அண்ணா நாங்க இருக்கிறது போதுமென்ற மனசோடு வாழ்ந்துகிட்டு இருக்கோம். இது உங்களுக்குப் பிடிக்கலையா?' என்று குரலைச் சற்று உயர்த்தினேன். 'ஐயோ பெத்தம்முடு நான் என்ன சொல்ல வர்றேன்னு புரிஞ்சுகிட்டுப் பேசு' என்றார்.

நான் அவரை விடுகிற மாதிரி இல்லை. 'ஓ நல்லாவே புரிஞ்சுட்டது அண்ணா! யாரோ என்னை மறுபடியும் சினிமா வலையில் சிக்கவைக்கப் பார்க்கிறார்கள். நீங்கள் அதற்கான தூண்டிலாக வந்திருக்கிறீர்கள். தூண்டில்காரர் பி.என்.ரெட்டிதான்

சரியா?' என்று முகத்தைக் கடுகடுவென்று வைத்துக்கொண்டு சொன்னேன். 'அம்மா உன்னிடம் பேசவே பயமா இருக்கு நான் புறப்படுகிறேன்' என்று கிளம்பியவரை, 'காபி சாப்பிட்டுவிட்டுப் போங்கள்' என்றேன். ஆனால் அவர் 'இன்னொரு நாள் வருகிறேனம்மா' என்று சொல்லிவிட்டுப் புறப்பட எத்தனித்தார்.

லிங்கமூர்த்தி அண்ணா படங்களில் மட்டுமல்ல, தேவை ஏற்பட்டால் நிஜ வாழ்க்கையிலும் நன்றாகவே நடிக்கக்கூடியவர்தான். இவர் நடிக்கிறாரா? நிஜமாகப் பேசுகிறாரா? 'அண்ணா உட்காருங்கள். எனக்கு இந்தப் பட்டிணத்தில் உங்களைவிட்டால் வழிகாட்ட யார் இருக்கிறார்கள்? அப்பா வேறு இல்லை. அவருக்கே சினிமாத் துறை பிடிக்காது. என் கணவர் சினிமாவில் டெக்னீஷியனாக இருப்பதால் வேறு வழியின்றி இங்கே இருக்கோம்' என்று அவரைச் சமாதானப்படுத்தினேன்.

'அம்மா பி.என். ரெட்டிகாருவிடம் ஒரு அருமையான கதை இருக்கு. இதில் பானுமதி பாடி நடித்தால் நமக்கு ஒரு திரைக்காவியம் கிடைக்கும். எங்கே நீ சம்மதிக்க மாட்டாயோ என்ற கவலையில் அவர் பாக்கெட் பாக்கெட்டாக சிகரட்டை ஊதித் தள்ளுகிறார். என்ன செய்வாயோ தெரியாது. பானுமதியையும் ராமகிருஷ்ணாவையும் சம்மதிக்க வைக்க வேண்டியது உன் பொறுப்பு என்று சொல்லிவிட்டார். நான் என்ன செய்யட்டும்? இந்தக் காரியமாக வந்திருந்தாலும் நீ கரி அடுப்பில் கஷ்டப்படுவதைப் பார்த்து எனக்குக் கண்ணீர் வருகிறது. உனக்கு வருவது புகையால் வரும் கண்ணீராக இருக்கலாம். எனக்கு உன் மீதான அக்கறையால், உனது தகப்பானார் மீதுள்ள மரியாதையால்' என்று வந்த விவரத்துடன் தனது கவலையையும் சேர்த்துக்கொண்டார். உண்மையில் இதைக் கூறும்போது அவர் கண்கள் கலங்கியிருந்தன.

என் கணவருக்கு நான் ராணி

நான் பிரமை பிடித்துப்போய் உட்கார்ந்திருந்தேன். 'உண்மையிலேயே நீ மட்டும் இந்தப் படத்தில் நடித்தால் அது மிகப் பெரும் வெற்றிப் படமாக இருக்கும். அதில் வருகிற முக்கியக் கதாபாத்திரத்துக்கு நீதான் உயிர் கொடுக்க முடியும். பி.என். ரெட்டி மட்டுமல்ல; கே.வி.ரெட்டி, காமேஸ்வரராவ், சக்கரபாணி என்று படக் குழுவினரின் ஒருமித்த கருத்தும் இதுதான். ஆனால், இதுக்கு பாவா ஒத்துக்கணுமே. நீயும் சரி சொல்லணும். பி.என். ரெட்டி அதிர்ஷ்டம் எப்படியோ?' என்று சொல்லிக்கொண்டே பாயில் உட்கார்ந்தார் லிங்கமூர்த்தி.

அந்த நேரத்தில் என் கணவர் வந்து சேர்ந்தார். அவரிடம் என்னென்னவோ சொல்லி சம்மதிக்க வைக்கப் பார்த்தார் லிங்கமூர்த்தி. 'இந்த ஒரு படம் மட்டும் பண்ணட்டும். அப்புறம் வேண்டுமானால் நடிப்பதை நிறுத்திக்கொள்ளலாம்' என்றெல்லாம் சொல்லிப் பார்த்தார். சினிமா சூறாவளி எங்களை நெருங்கி எங்கள் வாழ்க்கைப் படகை முன்னும் பின்னுமாக அசைக்க ஆரம்பித்தது. அன்று சாயங்காலம் பிள்ளையார் கோயிலுக்குப் போனோம். விநாயகரை வழிபட்டு வீடு திரும்பினோம். என் கணவர் சாய்வு நாற்காலியில்அமர்ந்தபடி ஏதோ யோசனையில் ஆழ்ந்திருந்தார். பிறகு 'ராணி..' என்று கூப்பிட்டார்.

திருமணத்துக்குப் பிறகு அவர் என்னை இப்படித்தான் கூப்பிடுகிறார். 'பானுமதி சினிமா பெயர். அது எனக்கு வேண்டாம்' என்று சொல்லிவிட்டார். கமலம்மா சொன்னார். 'நீ பானு என்றே கூப்பிடலாமே!' அன்று மாலை என் கணவர் சினிமா அலுவலகத்தில் இருந்து திரும்பியதும் என்னருகே வந்து காதுக்குள் எனக்கு மட்டும் கேட்கிற மாதிரி 'ராணி' என்றார். நான் திகைத்தேன். 'பானுமதி என்ற பெயரில் எனக்கு இஷ்டமில்லை. உன்னை ராணி என்றுதான் இனிமேல் கூப்பிடப் போகிறேன்!' இப்படிச் சொல்லிக்கொண்டே என்னைக் கைகளில் வாரிக்கொண்டார். என் வாழ்க்கையில் மறக்க முடியாத கணம் அது. 'உனக்கு ஆண் குழந்தை வேணுமா பெண் குழந்தை வேணுமா?' என்று கேட்டார். 'எனக்கு ஆண் குழந்தைதான் வேணும். பெண்ணாய்ப் பிறந்து என் தாய் தந்தைக்கு நான் தந்த மனக்கஷ்டம் போதாதா?' என்றேன்.

என் கணவரின் குரலில் ஒரு வேகம் விசிறியது. 'ராணி இனியும் தாமதிக்க வேண்டாம். என் சொந்த ஊருக்கே போய்விடுவோம். என் அப்பா அங்கே வேலையில் இருக்கிறார். நானும் ஏதாவது வேலை தேடிக்கொண்டு விடுவேன். இந்த சினிமா சூழலில் இருந்து விடுபட்டு எங்காவது தூரமாகப் போய்விடுவோம்' என்றார் 'நாளைக்கே புறப்படலாம்' என்றேன் உற்சாகத்துடன்.

ஆனால், அடுத்த சில நொடிகளில் என் கணவரின் நெற்றி சுருங்கியது. 'பி.என்.ரெட்டி, வாஹினி ஸ்டுடியோ அதிபர் எல்லாம் நமது நலனின் அக்கறைகொண்ட பெரிய மனிதர்கள். இவர்களிடம் என்ன சொல்வது?' என்று தயங்கினார். 'நான் சினிமாவில் நடிக்க முடியாது என்று சொல்லிவிட்டதைச் சொல்லுங்கள். எனக்குத் துளிக்கூட அதில் ஆர்வமில்லை என்று சொல்லுங்கள்' என்றேன்.

நான் இப்படிச் சொன்னபோது என் குரலில் வீசிய அனல் என்னையே சுட்டது ' நீங்கள் சொன்ன மாதிரி எங்காவது கண்காணாத இடத்துக்குப் போய் விடுவோம். என் கணவரின்

முகம் மலர்ந்தது. 'அப்படியே செய்யலாம்' என்று மீண்டும் உற்சாகம் அடைந்தார். ஓர் எளிய உண்மையை நாங்கள் இருவருமே மறந்துவிட்டோம். ஒவ்வொரு மனிதனின் வாழ்க்கையும் முன்கூட்டியே தீர்மானிக்கப் பட்டிருக்கிறது. இதில் நாம் நினைப்பதெல்லாம் நடந்துவிடும் என்று நம்புவது எவ்வளவு பெரிய அசட்டுத்தனம்"

பானுமதி எழுந்துகொண்டார். வாதா மரத்தில் உட்கார்ந்திருந்த அணில் கீச்சுக் குரலில் விட்டுவிட்டு கத்தத் தொடங்கியது.

25. ஓ...ஹோ...ஹோ... பாவு ரமா!

விருப்பம் இல்லாமல் நடிக்க வந்த பானுமதியை சினிமா நட்சத்திரமாக்கிவிட்டது. இயக்குநர்கள் சிலர், தாம் தேர்ந்தெடுக்கும் அல்லது எழுதும் திரைக்கதைகளில் உலவும் கதாபாத்திரங்களை தங்களைக் கவர்ந்த நட்சத்திரங்களை வைத்தே சிருஷ்டிக்கிறார்கள். அப்படித்தான் அக்காலத்தின் ஜாம்பவான் இயக்குநர் பி.என்.ரெட்டியும் பானுமதியை மனத்தில் வைத்து ஒரு கதையை எழுதிவிட்டார். படமாக்குவதற்கு முன் இயக்குநர் மனதுக்குள் ஓட்டிப் பார்த்த சினிமாவுக்குள் பானுமதிதான் இருந்திருக்கிறார். பானுமதி இருந்தால் அந்தப் படம் திரைக்காவியம் ஆகிவிடும் என்று நம்பியிருக்கிறார்.

அதற்காக லிங்கமூர்த்தி என்பவரை பானுமதியின் வீட்டுக்கு அனுப்பினார். லிங்கமூர்த்தியை வெறுங்கையுடன் அனுப்பி வைத்தார்கள்-பானுமதியும் ராமகிருஷ்ணாவும். மதராஸில் இருந்தால்தானே இதுபோன்ற தொல்லைகள். என்று இருவரும் அன்றிரவு முடிவெடுத்தனர். அதுவரை தனது வாழ்க்கையைப் பகிர்ந்திருந்த பானுமதி தொடர்ந்தார்...

“மறுநாள் காலை எனது மாமியார், அவரது அக்காவின் குழந்தைகள் சகிதம் வந்து எங்கள் வீட்டின் கதவைத் தட்டுவார் என்று நான் கனவிலும் எதிர்பார்க்கவேயில்லை. எங்கள் திருமணத்தில் பங்குபெற முடியாமல் போனவர்கள் குடும்பமாக வந்திருப்பதைப் பார்த்து எனக்குச் சந்தோஷமாக இருந்தது.

வீடே கலகலப்பாகிவிட்டது. பெரிய மாமியாரின் வீடு திருவல்லிக்கேணியில் இருந்தது. நாங்கள் எல்லோரும் அவர் வீட்டில் ஒருவாரம் தங்கி வருவோம் என்று புறப்பட்டுப் போனோம். பெரிய மாமியார், அவர் வீட்டிலிருந்த நகைகளை எல்லாம் எனக்கு அணிவித்து அழகு பார்த்தார் ‘இந்த அலங்காரத்தோடு உன்னை ஏதோ ஒரு சினிமாவில் பார்த்திருக்கிறேனே!’ என்றார் என் கணவரின் அத்தை. ‘கிருஷ்ண பிரேமா’ என்று சொல்லிவிட்டுத் தலையைக் குனிந்துகொண்டேன்.

சமையல் செய்வதற்கா?

‘சினிமாவில் நீ போட்டிருந்த தெல்லாம் நிஜமான நகைகளா, கவரிங்கா? சொல்லேன்’ என்று கேட்டார். ‘சினிமா என்ற வார்த்தை காதில் விழுந்ததுமே என் கணவர் எரிச்சலுடன் ‘பெத்தம்மா இதையெல்லாம் ஏன் கேட்கிறீர்கள்?’ என்றார். ‘அவனுக்கு சினிமா என்ற வார்த்தையைக் கேட்டாலே கோபம் வந்துவிடும்’ என்றார் என் மாமியார்.

‘இத பார்றா.. ஏன் கேட்கக் கூடாது? நீயும் சினிமாவில் தானே வேலை பார்க்கற. சினிமா என்றால் கேவலமா? எப்பேர்பட்ட கலை அது! உனக்குத் தெரியுமா. உன் மனைவி பாடுவதைக் கேட்டு நான் என்ன வேண்டுமானாலும் தருவேன்! மருமகளே வா. எங்களுக்காக ஒரு பாட்டுப் பாடு’ என்றார் அத்தை. எல்லோரும் அவர் சொன்னதை கோரஸாக ஆமோதித்தார்கள்.

‘பெத்தம்மா, சினிமா என்ற ரகளையிலிருந்து தப்பிச்சுதான் இங்கே வந்தோம். நீங்க என்னடான்னா அதே பல்லவியைப் பாடறீங்க’ என்று சொல்லிவிட்டு என்னைப் பார்த்து ‘உன் அலங்காரத்தை எல்லாம் கழற்றி வச்சுட்டு வா போகலாம்’ என்றார். ‘சரியாப் போச்சு. இவ சினிமாவில் நடிக்கலேன்னா இவளோட தெய்விகக் குரலை மக்கள் எப்படித்தான் கேட்பாங்க?’ அத்தைக்கு சங்கீதம் என்றால் உயிர். அவர் கேள்விக்கு என் கணவரால் பதில் சொல்ல முடியவில்லை.

பெரிய மாமியார் கத்தியே விட்டார்! ‘ராமு! என்னடா இது? இவளோட அப்பா எவ்வளவு கஷ்டப்பட்டு இவளுக்கு சங்கீதம்

கத்துக் கொடுத்திருப்பார். நன்றாகப் பாடுகிறாள். நடிக்கிறாள். இதில உனக்கென்ன நஷ்டம்னு கேக்கறேன்' என்று கடுங்குரலில் கேட்டார். 'பெத்தம்மா! சினிமாவில் எவ்வளவோ படுகுழிகள்... அதெல்லாம் உங்களுக்குத் தெரியாது!' என்று சமாளித்தார் கணவர்.

'இதெல்லாம் நீ எனக்குச் சொல்ல வேண்டாம். சங்கீதம்கறது சரஸ்வதி கடாட்சம்டா.. எவ்வளவு காசு கொடுத்தாலும் வராது. பூர்வஜன்ம பூஜா பலன் இருந்தால்தான் வரும். எம்.எஸ்., டி.கே.பட்டம்மாள் பாடல்களைக் கேட்கிறேதானே.. தப்பு பண்ணிட்டேடா.. சினிமா நட்சத்திரங்கள் பத்தி வதந்திகள் எவ்வளவோ வரத்தான் செய்யும். இவளோட அப்பா இவளை எப்படிக் கண்டிப்பாக வளர்த்தார்னு கேள்விப்பட்டிருக்கேன். இவ பாடற பாட்டு மக்களைச் சந்தோஷப்படுத்தும். இதைக் கெடுத்தா அது பாவம்டா. அவளை சமையல்காரியாகவே வைத்திருக்கலாம்னு எண்ணமோ?' எனக்கேட்டார். கணவரிடம் பதில் இல்லை.

வீடு புகுந்த நண்பர்கள்

என் கணவர் மீது மாமியார் இருவரும் தங்கள் கருத்துகளைக் கொட்டி அனுப்பி வைத்தார்கள். போதாக்குறைக்கு ராமகிருஷ்ணாவின் தங்கைகளும் பிடித்துக்கொண்டார்கள். என் கணவர் முகத்தில் ஏதோ சிந்தனைச் சுருக்கங்கள். டாக்ஸியில் வீடு திரும்பும்போது நாங்கள் ஏதும் பேசிக்கொள்ளவில்லை. டாக்சி வீட்டருகே நின்ற அதேநேரம் எங்களுக்கு முன்னால் வீட்டு வாசலில்

ஒரு கார் நின்றது. அதிலிருந்து லிங்கமூர்த்தி அண்ணா, சமுத்ராலு ராகவாச்சாரி, பி.என். ரெட்டி எல்லோரும் இறங்கிக் கொண்டிருந்தார்கள். வீட்டுக்குள் திபுதிபுவென்று நுழைந்த நண்பர்களை ராமகிருஷ்ணாவால் தடுக்க முடியவில்லை. பேச்சு எங்கெல்லாமோ சுற்றிக் கடைசியில் என்னிடம் திரும்பியது.

குறும்பை குறைக்கச் சொல்!

'பிரதர் நீ முடியாதுன்னு சொல்லிடாதே. இந்தப் பெண்ணுக்கு எந்த விஷயத்திலும் மரியாதைக் குறைவு ஏற்படாமல் கண்ணியமாக நடத்த நான் உத்தரவாதம். எங்க மகளாச்சே அவள். குறும்பு மட்டும் கொஞ்சம் பண்ண வேணாம்னு சொல்லி வையுங்க' என்றார் பி.என்.ரெட்டி. (அப்போதே படப்பிடிப்புத் தளத்தில் நான் செய்யும் குறும்புகள் பிரசித்தம்)

என் கணவர் என்னைப் பார்த்து 'என்ன சொல்றே?' என்றார். 'உங்க இஷ்டம் எதுவோ அதுவேதான்' என்றேன். 'எல்லோரும் சொல்கிறீர்கள். கேட்டுக்கறேன். ஆனால், படப்பிடிப்பைச் சீக்கிரம் முடிச்சுக்கணும்' என்றார். உகாதி புதுவருடப் பிறப்பு அன்று 'சுவர்க்க சீமா' பட வேலைகள் தொடங்கின. வாஹினி ஸ்டுடியோவுக்குள் மீண்டும் காலடி வைத்தேன். எங்கிருந்தோ தபேலா ஒலித்தது. ஹார்மோனியம் ரீங்கரித்தது.

திரையுலகில் நீண்ட நாட்களுக்குப் பிறகு நுழைந்த என்னை பாடல் ஒன்று பாடச் சொல்லி பதிவு செய்யப்பட்டது. மாலை வீடு திரும்பும்போது என் கணவர் சொன்னார். 'ராணி உன் குரல் ரொம்ப இனிமை. பாட்டும் ரம்மியமாக இருந்தது'. என் கணவரின் வாயால் பாராட்டுக் கிடைத்ததில் எனக்கு ரொம்பப் பெருமை.

வீடுதேடி வந்த தாசில்தார்

மறுநாள் நான் நடிக்கத் தொடங்கிவிட்டதைக் கேள்விப்பட்டு எங்கள் வீட்டுக்கு ஒய்.வி.ராவ் வந்தார். அவர் அப்போது 'தாசில்தார்' என்ற படத்தைத் தயாரித்துக் கொண்டிருந்தார். ஒய்.வி.ராவ் என் கணவர் வழியிலும் அப்பா வழியிலும் என்

சொந்தக்காரர்தான். அவர் படத்தில் நான் நடிக்க வேண்டுமென்று ஒற்றைக்காலில் நின்றார். 'சுவர்க்க சீமா'வில் மட்டும்தான் நடிப்பேன். வேறு படங்களில் நடிப்பதாக இல்லை என்னைத் தொந்தரவு செய்யாதீர்கள்.

எனக்குப் பிடிக்கலை' என்றேன். அவர் நான் சொல்வதைக் காதில் போட்டுக் கொண்டால்தானே?

'சுவர்க்க சீமா'வை தயாரித்து முடிப்பதற்கு முன்னதாகவே 'தாசில்தார்' படத்தை தயாரித்து முடித்து ரிலீஸ் செய்வதாகச் சவால் விட்டார். தாசில்தாரின் மனைவி ஒரு அப்பாவிப் பெண். இப்போது நீ இருக்கும் இதே உடை, உருவத்துடன் வந்து நடித்துக் கொடுத்தால் போதும் என்றார். எனக்குச் சிரிப்புதான் வந்தது. என் கணவரும் வேறு வழியின்றி ஒப்புக்கொண்டார்.

'சுவர்க்க சீமா' படப்பிடிப்பு வேலைகள் நடந்து கொண்டிருந்தன. ஒரு நாள் 'ப்ளட் அண்டு ஸான்ட்' படத்தைப் பார்க்க படக் குழுவினரோடு சென்றேன். அதில் ரீட்டா ஹேவொர்த்தின் நடிப்பு என்னைக் கவர்ந்தது. அவர் பாடிய பாடலின் மெட்டு அப்படியே என் மனசுக்குள் ஒட்டிக்கொண்டது. 'சுவர்க்க சீமா'வில் சுஜாதா என்ற நவநாகரிகப் பெண்ணாக நடித்தேன். அதில் சுஜாதா பாடும் ரஜனி காந்தாராவ் இயற்றிய 'ஓ...ஹோ...ஹோ..பாவு ரமா' என்ற பாடலுக்கு இசையமைப்பு நடந்துகொண்டிருந்தது. நான் ரீட்டா ஹேவொர்த்தின் ஸ்பானிஷ் பாடல் மெட்டில் அதைப் பாடிக் காண்பித்தேன்.

இந்தப் பாடல் என் குரலில் பதிவுசெய்யப்பட்டபோது சி.ஆர்.சுப்பராமன், படத் தயாரிப்பாளர்கள் எல்லோரும் அதைக் கேட்டு ரசித்தார்கள். அது மிகப் பெரிய ஹிட் ஆகும் என்று சொன்னார்கள். அப்படியே நடந்தது.

அந்தப் படத்தில் ஒரு தெரு நாடகம். அதில் பாட ஒரு இளைஞரை அழைத்து வந்தார்கள். பாடுவதற்கு ரொம்பவும் கூச்சப்பட்ட அவரைப் பாடவைக்க நானே பாடிக்காட்டி உற்சாகப்படுத்தினேன். அவர்தான் பின்னாளில் பாடகராகவும், இசையமைப்பாளராகவும் புகழ் பெற்ற கண்டசாலா." என்று பானுமதி நிறுத்தினார். நான் ஆச்சரியப்பட்டு 'அடடே!' என்றேன். இந்த மாதிரி நிறைய அடடேக்கள் எனக்காகக் காத்திருப்பதை அறியாமல்!

❖❖❖

26. பதறிய படைப்பாளி... காப்பாற்றிய தம்பதி!

பானுமதி 'சுவர்க்கசீமா'வில் நடித்துக் கொண்டிருக்கும் போதே 'தாசில்தார்' படத்தில் நடித்து முடித்துவிட்டார். இரண்டிலும் இவர் ஏற்று நடித்த கதாபாத்திரங்கள் (நகரத்துப் பெண்ணாகவும், கிராமத்துப் பெண்ணாகவும்) வெவ்வேறு பரிமாணங்களில் மின்னின. 'சுவர்க்கசீமா' முடியாமல் இழுத்துக் கொண்டிருந்ததற்குக் காரணம் எல்லாப் படத் தயாரிப்பாளர்களும் நியூடோன் ஸ்டுடியோவையே நம்பியிருந்ததுதான்.

நியுடோனின் முக்கியமான ஜாம்பவான் கேமராமேன் ஜித்தன் பானர்ஜி. பானுமதி அம்மையார் அவரைப் பற்றிச் சுவாரசியமாகச் சொல்லத்தொடங்கினார். "ஒலிப்பதிவாளர் தின்ஷா, இன்னும் சில பெரிய தொழில்நுட்பக் கலைஞர்கள் எல்லோரும் அந்த ஸ்டுடியோவின் பங்குதாரர்கள். ஜித்தன் பானர்ஜி, எம்.எஸ்.சுப்புலட்சுமி நடித்த 'மீரா' படத்தின் ஒளிப்பதிவாளர். கதாநாயகியின் முகம் எப்படி இருந்தாலும் சரி, அதைத் திரையில் அழகுபடத் தோன்றச் செய்வதில் அவர் கில்லாடி.

140 ○ தரைக்கு வந்த தாரகை

ஆனாலும், அவரை வம்புக்கார மனிதராகவே பலரும் கருதினார்கள். ஸ்டுடியோவில் படத்துக்கு செட் போடுவதற்கு முதலில் அனுமதி கொடுப்பார். பிறகு அதை ரத்துசெய்வார். கால்ஷீட் விஷயத்திலும் அவர் சினிமா தயாரிப்பாளர்களை இம்சித்து வந்தார்.

நியூடோன் ஸ்டுடியோவுக்குள் ஏராளமான மரங்கள் இருந்தன. ஜித்தன் பானர்ஜி ஒரு பெரியமர நிழலில் உட்கார்ந்துகொண்டு பழச்சாறு பருகுவார். அவருக்கு முன்னால் ஸ்டுடியோவுக்கும் கால்ஷீட்டுக்கும் அனுமதிகேட்டு படத் தயாரிப்பாளர்கள் நிற்பார்கள். எல்லோருக்கும் முன்னால் தன்கையில் பழச்சாறு நிரம்பிய கோப்பையை உயர்த்தி, ஆங்கிலத்தில் 'இதோ நான் குடிப்பது தயாரிப்பாளர்களின் ரத்தம்' என்பார் கர்வம் தொனிக்க.

மகிழ்ச்சியும் கவலையும்

இயக்குநர் பி.என்.ரெட்டிக்கு ஜித்தன் பானர்ஜியின் இப்படிப்பட்ட செய்கைகள் பிடிக்கவில்லை. 'சுவர்க்கசீமா'வின் முக்கால்வாசிப் படப்பிடிப்பு முடிந்துவிட்டது. சில நடனக் காட்சிகள், கொஞ்சம் 'பேட்ச் ஓர்க்' மட்டும் எஞ்சியிருந்தன. என் கணவர் பொறுமை இழந்து பி.என். ரெட்டியிடம் 'எப்போதான் சார் படத்தின் வேலைகள் முடிப்பீங்க?' என்று கேட்டுவிட்டார். என் கணவர் பணிபுரிந்த 'செஞ்சுலட்சுமி' படவேலைகள் முடிந்துவிட்டன. பிறகு அவர் 'தியாகையா' என்ற படத்தில் இணை இயக்குநராகச் சேர்ந்தார். என்னை நாகையாவின் ஜோடியாக நடிக்க அழைத்தார்கள்.

'சுவர்க்கசீமா'வோடு சரி. இனி அவளுக்கு சினிமாவே வேண்டாம்' என்று கூறிவிட்டார் என் கணவர்.

அப்போதுதான் என் வாழ்வின் இனிய நாள் ஒன்றினை இறைவன் எனக்கு அருளினான். ஆமாம் அன்றுதான் டாக்டர் என்னைப் பரிசோதித்துவிட்டு நான் விரைவில் தாயாகவிருப்பதாகத் தெரிவித்தார். எங்கள் வீட்டில் மகிழ்ச்சி கரைபுரண்டது. கூடவே எனக்குள் ஒரு கவலையும் மூண்டது. 'சுவர்க்கசீமா'வில் மீதமிருக்கும் நடனக்காட்சிகளை பி.என்.ரெட்டி எப்படி எடுக்கப் போகிறார்?'

மனசுக்குள் ஊடாடிய சஞ்சலத்தை மறைத்துக்கொண்டு எங்களுக்கு மனமார வாழ்த்துச் சொன்னார் பி.என்.ரெட்டி.

'கவலைப்படாதீங்க. படத்தைச் சீக்கிரமே முடிச்சுடுவோம். லாங் ஷாட் எல்லாம் டூப் போட்டு எடுத்துரலாம். க்ரூப் டான்ஸ்தான்; லைட்டா மேக்அப் போட்டு குளோஅப் ஷாட்ஸ் கொஞ்சம் எடுத்துரலாம். அம்மாயி சம்மந்தப்பட்ட முக்கியமான காட்சிகள் எல்லாம் முன்னாடியே எடுத்தாகிவிட்டது. கடவுளுக்குத்தான் நன்றி சொல்லணும்!' என்றார்.

நான் எட்டுமாதக் கர்ப்பிணியாக இருந்தபோது, 'சுவர்க்கசீமா' படக்காட்சிகளை நடித்துக் கொடுத்தேன். என் கணவர் 'தியாகையா' படப்பிடிப்புக்காக திருவாரூர் புறப்பட்டுப் போனார். பிரசவத்துக்கு உதவியாக என் மாமியார் என்னுடன் வந்து இருந்தார். நான் ஆஸ்பத்திரி என்றாலே நடுங்குவேன். வீட்டிலேயே பிரசவத்தை வைத்துக் கொண்டோம். என் பையன் பரணி பிறந்தான்.

'சுவர்க்கசீமா' வெற்றிப்படமாக அமைந்தது. தமிழ் நாட்டில் 100 நாட்கள் ஓடியது அப்படம். இந்த நேரத்தில் முருகன் டாக்கீஸ் நிறுவனத்தினர் என்னை வைத்துத் தமிழ்ப் படம் ஒன்றை எடுக்க முன்வந்தார்கள். வேறுசில தமிழ் திரைப்படத் தயாரிப்பாளர்களும் என் கணவரை மொய்த்துக் கொண்டார்கள். ஆம்! தமிழ்த் திரைப்பட உலகம் என்னை இருகரம் நீட்டி வரவேற்றது!.

நான்கு ஆண்டுகள்.. ஒரு படம்

அக்காலத்தில் பாய்ஸ் கம்பெனி நாடகக் குழுவினர் தமிழகம் முழுக்க அரங்கேற்றிய நாடகங்கள் பிரபலமாக இருந்தன. இந்த நாடகங்களில் நடித்த பாலையா, சிவாஜிகணேசன், தங்கவேலு எனப் பலர் தமது நடிப்பாலும் வசன உச்சரிப்பாலும் மக்கள் உள்ளங்களைக் கொள்ளை கொண்டார்கள். பின்னர் திரைப்படங்களில் அவர்கள் என்னுடன் நடித்தபோது 'சுவர்க்க சீமா' படத்தைப் பத்து, பதினைந்து தடவைகள் பார்த்ததாக என்னிடம் சொல்வார்கள். பரணி பிறந்த கையோடு நான் 'ரத்னகுமார்' படத்தில் நடிக்கச் சம்மதித்தேன்.

படம் வெளிவந்தபோது பரணிக்கு வயது நான்கு வயது என்றால், படத்தை எடுத்து முடிக்க எவ்வளவு காலம் எடுத்துக் கொண்டார்கள் என்று பாருங்கள். இதற்குப் பல காரணங்கள். முக்கியமான காரணம் ஒன்றும் இருந்தது. இயக்குநர்களான கிருஷ்ணன் பஞ்சு இருவரும் அந்தப் படத்தின் கதாநாயகன் பி.யு.சின்னப்பாவிடம் ஒரு விஷயத்தைக் கண்டிப்பாகச் சொல்லிவிட்டார்கள். 'படப்பிடிப்புக்கு வரும்போது நீங்கள் குடித்துவிட்டு வரக் கூடாது. குறிப்பாக பானுமதியுடன் நடிக்கும்போது அப்படி ஒரு நிலையில் வரவே கூடாது' என்றார்கள். அப்படிச் சொன்னது போதாதென்று, 'பானுமதிக்கு முன்கோபம் அதிகம்.

அவருக்குக் கோபம் வந்தால் யாராக இருந்தாலும் கன்னத்தில் ஓங்கி ஒரு அறை. பிறகு செட்டை விட்டு வெளியே போய் விடுவார்' என்று சொன்னது பி.யு.சின்னப்பாவுக்குச் சுத்தமாகப் பிடிக்கவில்லை. அவரால் குடிக்காமல் இருக்க முடியாது. என்னுடன் நடிக்க வேண்டிய பல கால்ஷீட்டுகளுக்கு அவர் வருவதே இல்லை. அதனால் படம் இழு..இழு.. என்று இழுத்துக்கொண்டிருந்தது.

கர்நாடக சங்கீத மெட்டுக்களில் அமைந்த பல நல்ல பாடல்களை இந்தப் படத்தில் பாடி இருக்கிறேன். படத்தின் இசை அமைப்பாளர் சி.ஆர்.சுப்பராமன். இப்படத்தில் எம்.ஜி.ஆர். சிறிய கதாபாத்திரம் ஒன்றில் நடித்திருப்பார்" என்று பானுமதி அம்மையார் பேசுவதை நிறுத்திவிட்டு, "இந்தாருங்கள்" என்று ஒரு இனிப்பு பீடாவை நீட்டினார். அவர் வாழ்ந்த காலத்தின் தித்திப்பாய் ருசித்தது அது.

100 நாள் படம்

"மற்றொரு புறம் என் கணவர் பரணி பிச்சர்ஸ் என்ற பெயரில் ஒரு பட நிறுவனம் தொடங்கி எங்களது கன்னி முயற்சியாக 'ரத்னாவளி' என்ற படத்தை எடுக்க முற்பட்டார். ரத்னாவதி கதையைக் கேட்டவர்கள் கதைக்கரு ஏதோ அபசகுனம் போல் தொனிக்கிறது வேண்டாம் என்று என் கணவரைத் தடுத்தார்கள்". என் கணவரும் வேறு கதை தேடத் தொடங்கினார். என் தாயார் சிறுவயதில் எனக்குச் சொன்ன 'ரத்னமாலா' என்ற புராணக் கதையை நான் சொன்னேன். இது மாதிரி புராணக் கதைகள் படமாக எடுக்கப்பட்டு பெண்களிடம் நல்ல வரவேற்பைப் பெற்ற காலம் அது. நான் சொன்ன கதை எல்லோருக்கும் பிடித்துப்போய்விட்டது.

ஒரு நல்ல நாளில் பாடல் பதிவுடன் படத்துக்குப் பூஜை போட்டோம். சுப்பராமன்தான் படத்தின் இசையமைப்பாளர்.

ராஜேஸ்வர ராவ், கண்டசாலா, நான் எல்லோரும் ஆளுக்கொரு பாடல் பாடினோம். 'ரத்னமாலா' நியூடோன் ஸ்டுடியோவில் படமாக்கப்பட்டது. இன்றைய விஜயா கார்டன் அமைந்திருக்கும் இடம்தான் அன்று நியூடோன் ஸ்டுடியோ. படத்தில் வருகிற ப்ருஹதாரண்யம் என்ற வனப்பகுதியாகச் சித்தரிக்கப்பட்ட இடம் அந்த ஸ்டுடியோவுக்குள் இருந்த பசுமை அடர்ந்த பகுதிதான். ஜித்தன் பானர்ஜி ஒளிப்பதிவாளர். நாங்கள் எதிர்பார்த்தது போலவே படம் 100 நாள் ஓடி சாதனை படைத்தது.

ஒரு படைப்பாளி காப்பாற்றப்பட்டார்!

'ரத்னமாலா' தொடங்கப் பட்டபோதே திரு. எல்.வி.பிரசாத் இயக்கத்தில் (படத்தின் கதாநாயகரும் அவர்தான் கூட) 'கிரஹப்பிரவேசம்' படம் எடுக்க பூர்வாங்க ஏற்பாடுகள் தொடங்கிவிட்டன. என் கணவரும் எல்.வி.பிரசாத்தும் நெருங்கிய நண்பர்கள். நான்காயிரம் அடி படம் எடுக்கப்பட்ட நிலையில் படம் மிக நன்றாக வந்து கொண்டிருந்த நேரத்தில் எல்.வி.பிரசாதை அந்தப் படத்திலிருந்து நீக்கிவிட சிலர் முயன்றார்கள். இதைக் கேள்விப்பட்ட எல்.வி.பிரசாத், நள்ளிரவில் எங்களைத் தேடி ஓடிவந்தார்.

'இந்த இக்கட்டிலிருந்து என்னைக் காப்பாற்றுங்கள், இல்லாவிட்டால் பம்பாய்க்கே திரும்பிப்போய்ப் பழைய வாழ்க்கையைத் தொடர்வதைத் தவிர எனக்கு வேறு வழியில்லை' என்று பதறினார். என் கணவர் படத் தயாரிப்பாளர்களைச் சந்தித்து எல்.வி.பிரசாத் இல்லையென்றால் பானுமதிக்குக் கொடுத்த முன்பணத்தைத் திருப்பித் தந்து விடுகிறோம் அவளும்

நடிக்க மாட்டாள் என்று கூறிவிட்டார். பிரச்சினை தீர்ந்தது. அஸ்தமிக்க இருந்த ஒரு சூரியனின் விடியலைக் கண்ட திருப்தி எங்களுக்கு.

'கிரஹப் பிரவேசம்' வெற்றிப்படமாக அமைந்தது. தொடர்ந்து ஏ.டி. கிருஷ்ணசாமி இயக்கத்தில் ராஜயோகி படத்தில் நடிக்க ஒப்பந்தம் கையெழுத்தாயிற்று. இந்தப் படத்தில் நான் பாடிய பாட்டுக்கள் மிகுந்த வரவேற்பைப் பெற்றாலும் படம் ஏனோ வெளிவரவே இல்லை. ஏறத்தாழ இந்த நேரத்தில்தான் எம்.கே. தியாகராஜ பாகவதர், என்.எஸ். கிருஷ்ணன் இருவரும் லட்சுமி காந்தன் கொலை வழக்கில் சிறை சென்று விடுதலை ஆனார்கள்.

அவ்வளவுதான் தமிழ்நாட்டுத் திரைப்படத் தயாரிப்பாளர்கள் அப்படியே அவர்களை மொய்த்துக் கொண்டார்கள். தங்கள் படத்தில் அவர்களை நடிக்க வைக்க துடியாய்த் துடித்தார்கள். பாகவதர் என்ன செய்தார் தெரியுமா?" என்று கூறித் தொடராமல் நிறுத்தினார் பானுமதி. நான் ஆர்வத்தை மட்டுப்படுத்த முடியாமல் 'இப்போதே சொல்லிவிடுங்கள்' என்றேன். அவரோ, தனக்குள் இருந்த கதைசொல்லியைக் காத்துக்கொள்ளும்விதமாக "நாளைக்குச் சொல்கிறேன்" என்றார் அவருக்கே உரிய புன்முறுவலுடன்.

27. யார் அந்தக் கதாசிரியர்?

லட்சுமிகாந்தன் கொலை வழக்கால் சிறைக்குச் சென்ற பாகவதரும் கலைவாணர் என்.எஸ். கிருஷ்ணனும் விடுதலையான செய்திகேட்டுத் தமிழ்ப்பட உலகம் நிமிர்ந்து உட்கார்ந்தது. அவர்களை வைத்துப் படமெடுத்தால் நல்ல லாபம் பார்க்கலாம் என்பது தயாரிப்பாளர்களின் எண்ணமாக இருந்தது. பாகவதரிடம் கால்ஷீட் கேட்டு அவரை மொய்த்தார்கள்.

"இதை பாகவதர் நன்றாகவே புரிந்துகொண்டார்" என்று கூறி நிறுத்திய பானுமதி தொடர்ந்தார். "இவர்கள் என்னை வைத்துப் படமெடுப்பதற்குப் பதிலாக என்னை வைத்து நானே ஏன் படமெடுக்கக் கூடாது?" என்று எண்ணினார் பாகவதர். இந்த எண்ணமே 'ராஜமுக்தி' என்ற அவரது சொந்தப்பட முயற்சி. இதில் திருமதி. வி.என்.ஜானகி (எம்.ஜி.ஆரின் இரண்டாம் மனைவி) தான் கதாநாயகி. (இதற்கு முன் 'சந்திரலேகா' படத்தில் ஒரு குழு நடனத்தில் ஆடியிருந்தார் இவர்). எம்.ஜி.ஆர் இன்னொரு கதாநாயகர். எனக்கு இந்தப் படத்தில் பாட்டும் நடனமும் பரிமளிக்கும் ஒரு முக்கிய வேடம். எம்.ஜி.ஆரின் உடன்பிறந்த அண்ணனான எம்.ஜி.சக்கரபாணி இதில் எனக்கு அண்ணனாக நடித்தார்.

படப்பிடிப்பு, சென்னையில் அல்ல, பூனாவில் உள்ள பிரபாத் ஸ்டுடியோவில் என்ற செய்தி அறிந்தேன். உடனே உற்சாகம் என்னைத் தொற்றிக்கொண்டது. ஏனென்றால் பிரபாத் ஸ்டுடியோ என்றாலே, எனக்கு சாந்தாராம்தான் நினைவுக்கு வருவார். சாந்தாராம் தனது திரைப்படங்களை உருவாக்கிய அதே ஸ்டுடியோவில் நடிக்கப் போகிறேன் என்பதே என் மகிழ்ச்சிக்குப் போதுமானதாக இருந்தது. அப்போது அவர் பிரபாத்தைவிட்டு வெளியேறி சொந்தமாக ராஜ்கமல் என்ற பட நிறுவனத்தைத் தொடங்கியிருந்தார்.

கலைவாணர் எனும் அறிவுஜீவி

அதேவேளையில், கலைவாணரும் அவருடைய மனைவி டி.ஏ.மதுரமும் எடுக்கவிருக்கும் 'நல்லதம்பி' படத்தில் ஒரு வித்தியாசமான கதாபாத்திரத்தில் நடிக்க அழைத்தனர். கலைவாணர் படங்களில் கோமாளி வேடமிட்டு நடித்தாலும் நிஜவாழ்வில் அவர் ஒரு கம்பீரமான மனிதர். சொல்லப்போனால் அவர் ஒரு கிரியேட்டிவ் ஜீனியஸ். சில மனிதர்கள் வாழ்வில் என்னதான் சுகபோகங்களையும் சந்தோஷங்களையும் அனுபவித்தாலும் அவர்கள் முகத்தில் எள்ளளவும் புன்னகை என்பதே இருக்காது. ஆனால், கலைவாணர் 'ரியல்', 'ரீல்' இரண்டிலுமே கலகலப்பு வாணர். பிறரையும் சிரிக்க வைத்து தானும் மனம்விட்டுச் சிரிப்பார்.

அவர் முகத்தில் தவழும் மந்தஹாசமே தனி. அவர் என்னவிதமான கஷ்டங்களை அனுபவிக்கிறார் என்பதை முகத்தை வைத்து யாராலும் கண்டுபிடிக்க முடியாது. எல்லோரையும் மரியாதையாக நடத்துவார். சக கலைஞர்கள் மீது மதிப்பும் பிரியமும் கொண்டிருப்பார். நியூடோன் ஸ்டுடியோவில் படமாக்கப்பட்ட 'நல்லதம்பி' படத்தில் ஒரு நாடகக் காட்சி வரும். அதில் கிளியோபாட்ரா கதாபாத்திரம் ஏற்று ஆங்கிலப் பாடல் ஒன்றைப் பாடியபடி (சி.ஆர்.சுப்புராமன் இசையமைப்பில்) ஆடுவேன்.

அதுவும் சரியாக நினைவில் இல்லை. இந்த நேரத்தில் ஒரு முக்கியமான விஷயத்தைச் சொல்லி விடுகிறேன் நான் எத்தனையோ தமிழ், தெலுங்குத் திரைப்படங்களில் நடித்திருந்தாலும் நான் நடித்த பெரும்பாலான படங்களை நானே பார்த்தது இல்லை. எனக்கு அவற்றைப் பார்க்க வேண்டும் என்ற விருப்பமும் இருந்ததில்லை. ஆகவே, படங்களின் பெயரைச் சொல்லி விவரங்கள் கேட்டால் எனக்குச் சொல்லத் தெரியாது. நான் சொல்லிக்கொண்டு வருகிற விஷயங்களில் ஏதாவது விடுபட்டிருந்தால் அதற்கு அலட்சியம் காரணமல்ல. எனக்கு ஈடுபாடு இல்லாததுதான் காரணம். இன்னொன்றும் தோன்றுகிறது. இப்படி ஈடுபாடு, பற்று இல்லாமல்தான் காரியங்களைச் செய்ய வேண்டுமோ? அதுதான் நமது செய்கைகளுக்கு ஒரு விதமான தனித்தன்மையைத் தருகிறதோ, என்னவோ? போகட்டும்.

மகாத்மாவின் படுகொலை

'ராஜமுக்தி' படத்துக்காக பூனா புறப்பட்டோம். ராஜா சந்திரசேகர்தான் படத்தின் இயக்குநர். பிரபாத் ஸ்டுடியோவில் படத்துக்குப் பூஜைபோடப்பட்டுத் தொடங்கப்பட்டது. மிஸ்டர் டாம்லே, பத்தேலால் இன்னும் சில முக்கியஸ்தர்கள் பங்குதாரர்கள் வந்திருந்தார்கள். அப்போது கமலா கோட்னிஸ் 'கோகுல்' என்ற படத்தை அந்த ஸ்டுடியோவின் வேறொரு தளத்தில் படமாக்கிக் கொண்டிருந்தார்.

'ராஜமுக்தி' படப்பிடிப்பு இடைவேளையில் என் கணவர் என்னிடம் வந்து 'கோகுல்' படத்துக்காக ஒரு பெண் பாடுகிறது; எவ்வளவு அழகான குரல் தெரியுமா? வந்து பாரேன் சீக்கிரம்' என்றார். கமலா கோட்னிஸ் ரிகார்டிங் தியேட்டரில் பாடிக்கொண்டிருந்த அந்தப் பெண் பாடுவதைச் சற்றுத் தொலைவில் நின்று பார்த்தாலும் அவள் பாடியதை வெகுவாக ரசித்தேன். அந்தப் பெண் வேறு யாருமல்ல பின்னாளில் மிகவும்

பிரபலமான வட இந்தியப் படவுலகின் கானக்குயிலாகிவிட்ட லதா மங்கேஷ்கர்தான்.

'ராஜமுக்தி'யின் கடைசிகட்டப் படப்பிடிப்பும் முடிந்தது. நாங்கள் புறப்படத் தயாரானபோதுதான் வானொலியில் இடிபோன்ற செய்தி ஒலிபரப்பானது. மகாத்மா காந்தியை கோட்ஸே என்பவன் சுட்டுக் கொன்றுவிட்டான். எங்கு பார்த்தாலும் துக்கத்தின் கருமேகங்கள் சூழ்ந்தன. கோட்ஸே பூனாவைச் சேர்ந்தவன். செய்தி ஒலிபரப்பான ஒரு மணி நேரத்தில் காவல்துறை கோட்ஸே குடும்பத்தார் அனைவரையும் கைதுசெய்துவிட்டது. வெறிக் கூச்சலுடன் ஓடிவந்த கட்டுக்கடங்காத கூட்டமொன்று கோட்ஸேவின் வீட்டுக்குத் தீ வைத்தது. மூண்டெழுந்த கோபக்கனலையும் வன்முறையையும் யாராலும் அடக்க முடியவில்லை. நாங்கள் பார்த்துக் கொண்டிருந்தபோதே எங்களைச் சுற்றித் தீச்சுவாலைகள் உயர்ந்து கொண்டேபோயின.

கோட்ஸேவின் வீடு நாங்கள் தங்கியிருந்த ஓட்டலுக்கு அருகில்தான் இருந்தது. ஒருபக்கம் தாவி எரியும் தீச்சுவாலைகள் மறுபுறம் கலவரக் கும்பல். 'நைட்மேர்' (Nightmare) என்று சொல்வார்களே அப்படி ஒரு பயங்கரமான கொடுங்கனவு அந்தச் சம்பவம். அன்றைய தினம் நடந்தவை எல்லாம் இன்றும் என் நெஞ்சில் துல்லியமாகப் பளிச்சென்று நினைவில் இருக்கின்றன. இப்படிப்பட்ட சூழ்நிலையில் பயணம் செய்வது உசிதமல்ல என்பதால் எங்கள் பயணம் ரத்து செய்யப்பட்டது.

மறக்க முடியாத கண்கள்

மறுநாள் மிகச் சிறிய அளவில் அமைதி திரும்பி இருந்தது. ஓட்டலுக்கு வெளியே நின்று கொண்டிருந்தேன். ஓட்டலில் இருந்து யாரையோ கைத்தாங்கலாக அழைத்துக்கொண்டு சற்றுத் தொலைவில் நின்ற காரில் ஏற்றிக் கொண்டிருந்தார்கள். என் பக்கத்தில் நின்றவர் அவரைச் சுட்டிக்காட்டி 'அவர்தான் அம்மா நம்ம படத்தின் கதை வசனகர்த்தா' என்றார். நான் பதறிப்போய் 'அடடா அவர் உடம்புக்கு என்னவாம்?' என்றேன்.

அவர் சற்றுக் குரலைத் தாழ்த்திக்கொண்டு 'காசநோய். மிகவும் முற்றிப் போயிட்டுது. அவர் வீடு திரும்புகிறார்' என்றார். ஏற்கெனவே காந்தி மகான் கொல்லப்பட்ட துக்கம் நெஞ்சை அழுத்திக் கொண்டிருக்க, இப்போது நம் படத்தின் எழுத்தாளர் நோய் முற்றி வீடு திரும்புகிறார் என்றதும் இனம்புரியாத வருத்தம் மனதைச் சூழ்ந்தது. 'அவரது வீடு எங்கே இருக்கு?' என்றேன். 'தமிழ்நாட்டில் திருநெல்வேலிப் பக்கம் கிராமத்தின் பெயர் தெரியவில்லை' என்றார். 'அவரை இப்படியேவா அனுப்புவது?

இத்தனை நாள் காச நோயோடு போராடிக்கொண்டா கதை வசனம் எழுதினார்? சரி, நியாயப்படி கம்பெனிதானே அவர் வியாதியை சொஸ்தப்படுத்தி அனுப்பணும்? இது அவங்க கடமை இல்லையா?' என்று பொரிந்து தள்ளிவிட்டேன்.

காரில் ஏறும் முன் அவர் எங்களைப் பார்த்து இரண்டு கையும் கூப்பி வணக்கம் சொன்னார். எலும்பில் தோல் மட்டுமே போர்த்தியிருந்த குச்சியான விரல்கள். ஐயோ! அந்தக் கண்களை என்னால் மறக்கவே முடியாது. உடம்பில் உள்ள உயிரையெல்லாம் திரட்டி ஒரே இடத்தில் பிரகாசிக்க வைத்தது போன்ற கண்கள். அந்தக் கண்களைப் பார்த்த கணத்தில் அவருக்கு ஏதாவது உதவ வேண்டுமென்று மனம் பதைபதைத்தது. என் உதவியாளரைத் தேடி விரைந்தேன். அவரிடம்தான் என் பணப்பை இருந்தது. அதைப் பெற்றுத் திரும்புவதற்குள் அந்தக் கார் சென்று விட்டிருந்தது. மறுநாள் புறப்படுகிற களேபரத்தில் அவரைப் பற்றி மறந்தேபோனேன்.

வாழ்க்கை ஒரு ரயில் பயணம். சிறியதும் பெரியதுமாய் எத்தனையோ ஸ்டேஷன்கள் வழியில் குறுக்கிடுகின்றன. சின்ன ஸ்டேஷன்களில் தண்ணீர் பிடித்துக் கொண்டு வருவதற்குக்கூட நேரம் இருக்காது. ரயில் சட்டென்று புறப்பட்டு விடும். பெரிய ஸ்டேஷன்களில் நின்று நிதானமாகச் சாப்பிட்டு செல்லலாம். வாழ்க்கையிலும் எத்தனையோ சம்பவங்கள். சிலவற்றை மறந்து விடுகிறோம். சிலவற்றை நினைவில் வைத்திருக்கிறோம். அப்படித்தான் அந்த கதை வசனகர்த்தாவைச் சந்தித்த சம்பவத்தையும் மறந்துவிட்டேன்.

சென்னை திரும்பி சில மாதங்கள் கழித்து ஒரு தமிழ் நாளிதழைப் புரட்டிக்கொண்டிருந்தேன். 'பிரபல எழுத்தாளர்' மறைந்துவிட்டார் என்ற செய்தியை, சிறிதாக ஓர் ஓரமாக வெளியிட்டிருந்தார்கள். புகைப்படத்தில் அந்தக் கண்களைப் பார்த்தேன். பார்ப்பவரை ஊடுருவும் அந்தப் பிரகாசமான கண்கள். 'ராஜமுக்தி' படத்தின் கதை வசனகர்த்தா அல்லவா இவர்? 'அவர் பெயர் என்னவென்று போட்டிருந்தது தெரியுமா?' என்று உன்னிப்பாகக் கேட்டுக்கொண்டிருந்த என்னிடம் கேட்டார் பானுமதி. நான் பதில் கூறும்முன், அவரே சொன்னார், முகத்தில் நிஜமான வருத்தம் இழையோட அவர் சொன்னார்.

"புதுமைப்பித்தன்!"

28. மிஸ் ஆன மிஸ்ஸியம்மா!

இனிமை, சுவாரசியம், சுருக்கம் இவை மூன்றின் கலவைதான் பானுமதி அம்மையாரின் உரையாடல். நீண்டநேரம் உரையாட நேர்ந்தால் சுந்தரத் தெலுங்கும் கொஞ்சும் தமிழும் வடமொழியும் கலந்து பேசுவார். அவரது பேச்சை எழுத்தில் கொண்டுவருவது எளிதல்ல. நான் அவர் சொல்லிவருவதைப் படித்துக் காட்டினேன். 'ஹா... ஹா...' என்று சிரித்தார் பானுமதி.

இப்படி நான் பேசவே இல்லையே, ஆனால் நான் சினிமாவில் பேசும் வசனம் இப்படித்தான் இருக்கும்" என்றார். 'இது பத்திரிகைத் தமிழ் அம்மா' என்றேன். "இதோ பாருங்கள் மிஸ்டர் கோபால்.. நான் என் வாழ்க்கைச் சம்பவங்களைத் தெலுங்கில் எழுதி வைத்திருப்பதைப் படிக்கிறேன்" என்று நீளமாக ஒரு வாக்கியம் சொன்னார்.

"இதேபோல்தான் நாங்கள் பேசவும் செய்வோம். தமிழ்நாட்டில் நீங்கள் பேசுவதற்கும் எழுதுவதற்கும் தனித்தனியே நடை வைத்திருக்கிறீர்கள். தமிழ் சினிமாவில் காதலர்கள் பேசும் வசனம், இலக்கணச் சுத்தமாக இருக்கிறது. இதைக் கேட்டாலே சிரிப்பு வருகிறது. நிஜத்தில் காதலர்கள் இப்படித்தான் பேசிக்கொள்வார்களா?" என்றார்.

நான் குறுக்கிட்டு, ஆனால் அந்த மாதிரி செயற்கையான தூய தமிழ்கூட உங்கள் வசன உச்சரிப்பிலும் பாட்டிலும் புதுமெருகோடு கேட்கவே இனிமையாக இருக்கிறது. பல வருடங்கள் தமிழ்ப் பயிற்சி இருந்தால்தான் இது சாத்தியம்.

நீங்கள் தெலுங்குப்பட உலகிலிருந்து தமிழுக்கு வந்த குறுகிய காலத்திலேயே இந்தத் திறமையைப் பார்க்க முடிந்தது. இது எப்படிச் சாத்தியம்?' என்றேன். நான் எதையோ கண்டுபிடித்து விட்டதுபோல் சற்று ஆச்சரியமும் பெருமையும் பொங்க என்னைப் பார்த்தார்.

"அதில் ஒரு ரகசியம் இருக்கிறது!" என்று சொல்லிச் சிரித்தார் பானுமதி. "தமிழ் வசனங்களை அப்படியே தெலுங்கு மொழியில் எழுதிக் கொடுத்துவிடுவார்கள். நான் அப்படியே தமிழில் பேசுவது போலவே பேசிவிடுவேன். 'அது சரி, ஆனால் தமிழ் வசனங்களை அப்படியே தெலுங்கில் எழுதுவதற்கு இரண்டு மொழிகளிலும் பாண்டித்யம் இருக்கணுமே!' என்றேன்.

முகத்தில் எதிர்காலம் காணலாம்

"உண்மைதான். அப்படித் தெலுங்கிலும் தமிழிலும் புலமை பெற்ற ஒருவர் தெலுங்கில் எழுதி, ஏற்றஇறக்கங்களோடு பேசவும் கற்றுக்கொடுத்து உதவினார். திறமைசாலியான அந்த இளைஞர் சுறுசுறுப்புடன் வளையவருவதைப் பார்த்துவிட்டு ஒருநாள் 'பார்த்துக்கொண்டே இருங்கள் பிற்காலத்தில் பேரும் புகழும் உங்களைத் தேடிவரப்போகிறது!' என்றேன் 'நன்றி அம்மா' என்றார் அவர் பணிவுடன்.

வதனத்தைப் படிப்பது (Face reading) ஒரு கலை. நான் அடிப்படையில் ஒரு எழுத்தாளர் என்பதால் என்னைச் சுற்றியுள்ளவர்களின் முகங்களைப் பார்ப்பேன் என்பதைவிட, படிப்பேன் என்பதே சரி. இந்த இளைஞர் முகத்தைப் பார்த்ததும் எனக்குத் தோன்றியதைச் சொன்னேன். நான் சொன்னது பலித்தது. பிற்காலத்தில் பல வெற்றிப் படங்களைத் தந்த அந்த இளைஞர்தான் இயக்குநர் ஏ. பீம்சிங்.

ஆகா! பீம்சிங் இயக்கத்தில் வெளிவந்த 'பாசமலர்', 'பாவமன்னிப்பு', 'பார்த்தால் பசிதீரும்', 'களத்தூர் கண்ணம்மா' போன்ற திரைக்காவியங்களை மறக்க முடியுமா? பீம்சிங்கின் புதல்வரும் இன்றைய தமிழ்சினிமாவின் குறிப்பிடத்தக்க ஆளுமையாகவும் திகழும் எடிட்டர் பி.லெனினுடன் அண்மையில் உரையாடிக் கொண்டிருந்தபோது, "அப்பாவிடம் உதவி இயக்குநராகப் பணிபுரிந்த ராமநாதன் அவரது இயக்கத்தில் வெளிவரவிருந்த 'பட்டத்துராணி' என்ற படத்தில் பானுமதியை நடிக்கவைக்க விரும்பினார்.

அப்பா சொன்னார் என்பதற்காகவே படத்தைப் பற்றி எதுவுமே விசாரிக்காமல் அந்தப் படத்தில் நடிக்க ஒத்துக்கொண்டார் பானுமதி. அந்த அளவுக்கு அப்பாவின் மீது மதிப்பும் நம்பிக்கையும் வைத்திருந்தார்" என்ற தகவலைப் பகிர்ந்துகொண்டார். இப்போது பானுமதி பீம்சிங் பற்றிக் கூறியபின் 'லைலா மஜ்னு' படம் பற்றிப் பகிரத் தொடங்கிய இடத்துக்குத் திரும்புவோம்.

வேண்டா வெறுப்பாக ஒரு கதாபாத்திரம்

"பூனாவிலிருந்து திரும்பிய கையோடு என் கணவர் 'லைலா மஜ்னு' படத்தைத் தொடங்கினார். வாஹினி ஸ்டுடியோவில் பாலைவன செட் போடப்பட்டது. பாலைவனச் சோலை, ஒரு பாழடைந்த கட்டிடம், அங்கேதான் லைலாவும் மஜ்னுவும் தினமும் சந்திப்பார்கள். ஈச்ச மரங்கள், ஒரு சிறிய குளம். மணல் அவ்வளவுதான். பாலைவனம் செட் ரெடி. படப்பிடிப்பு இரவில்தான் நடக்கும். இந்தப் படத்துக்கு பி.எஸ். ரங்கா ஒளிப்பதிவு செய்தார். 'துளசிதாஸ்' படம் எடுத்துப் பெரும் நஷ்டத்தைச் சந்தித்தார். அவருக்கு எங்கள் படத்தில் வாய்ப்புத் தந்தார் என் கணவர். இது பி.எஸ். ரங்காவின் வாழ்க்கையில் திருப்புமுனையானது.

'லைலா மஜ்னு' படப்பிடிப்பு நடக்கும்போதே 'ரக்ஷ ரேகா' தெலுங்குப் படத்திலும் நடித்து வந்தேன். நாகேஸ்வரராவும் அஞ்சலிதேவியும் அதில் சக நடிகர்கள். அப்படத்தின் இயக்குநர் பத்மநாபனுடன் தொடக்கத்திலிருந்தே என்னால் ஒத்துப்போக முடியவில்லை. இந்தப் படத்துக்காக நான் அணிய வேண்டிய ஆடை, அலங்காரம், ஆபரணங்கள் என்னை எரிச்சலடைய வைத்தன. நான் ஏற்று நடிக்கும் கதாபாத்திரம் மனசுக்குப் பிடித்திருந்தால் இதையெல்லாம் பொருட்படுத்தியிருக்க மாட்டேன்.

ஆனால், மனம் ஒன்றாத கதாபாத்திரம் அது. அலட்சியமாக நடித்துக் கொடுத்தேன். அந்தக் காட்சிளே படத்தில் உச்சக்கட்டமாகப் பேசப்பட்டன. படம் வெளிவந்தபோது வேண்டா வெறுப்பாக நான் நடித்துக் கொடுத்த காட்சிகள் 'ஆஹா ஓஹோ' என்று பலராலும் புகழப்பட்டதை என்னவென்று சொல்ல!? படம் நூறு நாட்கள் ஓடியது. அந்தப் படத்தை இன்றுவரை பார்த்ததுகூட இல்லை.

வழித்துணையாக வந்தப் பெண்

'ரக்ஷ ரேகா' படப்பிடிப்பின்போது இரவு வீடு திரும்பிய நேரம் தயாரிப்பாளர் அனுப்பிவைத்த கார் தகராறு செய்தது. மழை வேறு தூறிக்கொண்டிருந்தது. கார் ஓட்டுநர் தடுத்தும் கேட்காமல் நான் காரைவிட்டு இறங்கித் தலையில் முக்காடிட்டு நடக்கத் தொடங்கிவிட்டேன். சற்றுதூரம் நடந்ததும் 'அம்மா... அம்மா...' என்ற குரல் கேட்டது. குரலை வைத்து அது என்னுடன் நடித்த சக நடிகையான சூர்யகாந்தம் என்று புரிந்தது. சூர்யகாந்தம் என்னை அந்தக் கோலத்தில் பார்த்ததும் அதிர்ச்சியடைந்தார். நான் நடந்ததைச் சொன்னேன்.

சூர்யகாந்தமும் நானும் பலவிஷயங்களைப் பேசிச் சிரித்தபடி நடந்தோம். என் வீடுவரை பத்திரமாக கொண்டுவந்துவிட்டுச் சென்றார் சூர்யகாந்தம். அவருக்கு என் கணவரிடம் சொல்லி 'ரத்னமாலா' படத்தில் கதாநாயகனைச் சீண்டும் குறும்புக்காரப் பெண் வேடம் வாங்கிக் கொடுத்தேன். அதன்பிறகு 'லைலா மஜ்னு'விலும் ஒரு கேரக்டர் கொடுத்தேன். பரணி பிக்சர்ஸ் படங்களில் அவருக்கு வாய்ப்பு தந்துவந்தேன்.

என்னோடு அன்றொருநாள் இரவில் வீடுவரை துணைக்கு வந்த சூர்யகாந்தம் என் எல்லாப் படங்களிலும் எனக்குத் துணையாக வருமாறு பார்த்துக்கொண்டேன். அவரும் எவ்வளவு சின்ன ரோலாக இருந்தாலும் அதைச் சிறப்பாகச் செய்வார். 'லைலா மஜ்னு' படமாக இருந்தாலும் பரணி பிச்சர்ஸ் எடுத்த வேறு படம் சம்பந்தப்பட்ட எந்த வேலையிலும் நான் தலையிடுவதில்லை. சூர்யகாந்தம் போன்றவர்களுக்கு வாய்ப்பு வாங்கிக் கொடுப்பதோடு சரி.

வாசனும் சாவித்திரியும்

அதேபோல படத்தில் என் ரோல் பெரியதா, சிறியதா என்று கிஞ்சித்தும் கவலையும் படமாட்டேன். எவ்வளவு சின்ன ரோல் ஆனாலும் நடித்துக் கொடுப்பேன். நாகேஸ்வரராவ் சொல்லுவார். 'மேடத்துக்குப் பொறாமையோ, குறுகலான மனமோ கிடையாது. அவருக்குக் கொடுக்கப்பட்ட ரோல் எப்படி இருந்தாலும் நடித்துக் கொடுத்துவிட்டுப் போய்விடுவார்'.

படப்பிடிப்பின்போது ஒருநாள் முழுவதும் நடித்துக் கொடுத்துவிட்டு இரவிலும் படப்பிடிப்பில் கலந்து கொண்டது உண்டு. வாக்குக் கொடுத்துவிட்டால் அதை எப்படியாவது காப்பாற்றியே தீருவேன். கொஞ்சம்கூடக் களைப்போ சோர்வோ இல்லாமல் நடித்துக்கொண்டே இருப்பேன். இதை வாசன் கூர்ந்து கவனிப்பார். அவருக்குக் கொட்டாவியாக வந்தாலும் நான் படப்பிடிப்புத் தளத்திலிருந்து ஓய்வெடுக்க செல்லவே மாட்டேன். வாசன் களைத்துப்போய் 'பானுமதி.. இன்றைக்கு இத்துடன் நிறுத்திக்கொள்வோம்' என்பார்.

'இல்லை சார்... இந்தக் காட்சியை முழுசாக முடித்து விடுவோம்" என்பேன். அவரோ 'லஞ்ச் பிரேக் வந்துவிட்டதே!' என்பார். நான் 'இல்லை... இல்லை... காட்சி முடியட்டும்" என்பேன் பிடிவாதமாக. அவர் இதைப் பற்றிப் பாராட்டிப் பேசும்போது 'அசதி என்பது அவள் அகராதியில் இல்லை. நடித்து முடிக்காமல் செட்டைவிட்டு நகரவே மாட்டாள்.

எத்தனை மணி நேரம் ஆனாலும் நின்றுகொண்டே இருப்பாள். உட்காரவே மாட்டாள். இப்படி ஒரு ஆர்ட்டிஸ்ட்டை நான் என் ஆயுசுக்கும் பார்த்ததில்லை. டியூட்டியில் நான் என்னை எமன் என்று நினைத்துக்கொண்டிருந்தேன். பானுமதி எமனியாக இருக்கிறாள்' என்பார்.

எஸ்.எஸ்.வாசன் வாயால் இப்படி ஒரு பாராட்டைப் பெற நான் கொடுத்து வைத்திருக்க வேண்டும்! அதே வேளை என்னைப் பிடிக்காத வேறு சிலர் திரையுலகில் ஒரு வீண் அபவாதத்தைப் பரப்பத் தொடங்கினார்கள். 'பானுமதி ஆணவம் பிடித்தவர். யாராக இருந்தாலும் தூக்கியெறிந்து பேசுவார்,' அவரை வைத்துப் படம் எடுப்பது கஷ்டம்' இப்படி.

அப்போது 'மிஸ்ஸியம்மா' படத்தில் நடித்துக்கொண்டிருந்தேன். ஒரு பிரச்சினையால் அந்தப் படத்திலிருந்து வெளியேறும் நிலை ஏற்பட்டுவிட்டது. அதுவரை நான் நடித்த காட்சிகளை 'ரஷ்' போட்டுப் பார்த்தே சக நடிகர்கள் என் நடிப்பு அபாரமாக இருந்தது என்றார்கள். ஆனால் விதியை வெல்ல யாரால் முடியும்?

நான் மிஸ்ஸியம்மாவில் தொடர்ந்து நடித்திருந்தால் திரையுலகத்துக்கு சாவித்ரி என்ற ஒரு திறமைசாலியான கதாநாயகி கிடைத்திருக்க மாட்டார்! 'மிஸ்ஸியம்மா' மிஸ் ஆனதில் வருத்தம் ஒரு பக்கம் இருந்தாலும் சாவித்திரியின் வருகைக்கு நான் வழிவிட வேண்டும் என்பது இறைவனின் திருவுள்ளம் போலும்!" என்று நிறுத்தியவரிடம் 'மிஸ்ஸியம்மா படப்பிடிப்பில் அப்படி என்னதான் நடந்தது மேடம்?' என்றேன். 'அது பற்றி நாளை பேசுவோம்' என்றார்.

❖❖❖

29. அழகான பொண்ணு நான்!

'மிஸ்ஸியம்மா' படத்தில் நடித்துக் கொண்டிருக்கும்போதே அதிலிருந்து வெளியேறும்படி ஆகிவிட்டது. அப்படி என்னதான் நடந்தது? பானுமதி தொடர்ந்து சொல்லத் தொடங்கினார். "எனக்குத் திருமணம் ஆன நாள் தொட்டு ஒவ்வொரு வருடமும் வரலட்சுமி விரதம் இருப்பதை வழக்கமாக வைத்திருக்கிறேன். இதன் காரணமாக, 'மிஸ்ஸியம்மா' படப்பிடிப்புக்கு அன்று ஒரு மணிநேரம் தாமதமாக வரவேண்டியிருக்கும் என்று முன்பே சொல்லிவிட்டேன். ஆனாலும், பூஜையை முடித்துவிட்டுக் கையில் மஞ்சள் கயிற்றோடு நான் படப்பிடிப்புத் தளத்துக்குச் சென்றேன்.

ஆனால், என்னை மகளாகவே பாவிக்கும் வாஹினி நிறுவனத்தார், என்னை அன்று நடத்திய விதம் மனதளவில் காயப்படுத்திவிட்டது. காரணம், சக்ரபாணியின் சர்வாதிகாரப் போக்கு. வழக்கம்போல் எனக்குள் நானே தத்துவார்த்தமாக சமாதானம் செய்து கொண்டேன். 'பாவம் சக்ரபாணிதான் என்ன செய்வார்? இறைவனின் சதுரங்க விளையாட்டில் அவர் ஒரு பகடைக்காய் அவ்வளவே.

இப்படித்தான் நடக்க வேண்டும் என்பது விதியின் விருப்பம். நான் என்ன செய்வது?' என என் கணவரும் இதனால் மனத்தளவில் பாதிக்கப்பட்டு, 'விப்ர நாராயணா' படப்பிடிப்பை இரண்டு மூன்று நாட்கள் நிறுத்திவிட்டார்." என்று கூறி நிறுத்திய பானுமதி அம்மையார், கண்களைத் தியானிப்பதுபோல் மூடிக்கொண்டார்.

அரை நிமிடம் கரைந்தோடியிருக்கும். பிறகு முகத்தில் புன்சிரிப்பு தவழ "கடவுள் மீது பாரத்தைப் போட்டுவிட்டு என் வேலைகளைக் கவனித்துக்கொண்டிருந்தேன். புண்பட்டிருந்த என் மனசுக்கு ஆறுதலாக வேறொரு மகிழ்ச்சிக் கதவு எனக்காகத் திறந்தது. தென்னிந்தியாவின் முதல் கேவா கலர் படத்தை மாடர்ன் தியேட்டர்ஸ் நிறுவனம் தயாரித்தது. 'அலிபாபாவும் நாற்பது திருடர்களும்' என்ற அந்தப் படத்தின் கதாநாயகியாக நடிக்க அழைப்பு வந்தது. கதையைக் கேட்டபோது 'மிஸ்ஸியம்மா' படத்தில் நான் செய்வதாக இருந்த கதாபாத்திரத்தை விடவும் இது சிறப்பாக இருந்தது.

குவிந்த வாய்ப்புகள்

இந்தப் பட வாய்ப்பு என்னைத் தேடி வந்ததும் மேலும் பல தமிழ்த் திரைப்படத் தயாரிப்பாளர்கள் தங்கள் படங்களில் நடிக்கவைக்க என்னை அணுகினார்கள். அந்த வேளையில்தான் தேவர் பிலிம்ஸ் எடுத்த 'தாய்க்குப்பின் தாரம்' படத்தில் எம்.ஜி.ஆரின் ஜோடியாக நடிக்க என்னை ஒப்பந்தம் செய்தார் தேவர் அண்ணன். பிறகு கிருஷ்ணா பிச்சர்ஸின் 'மதுரை வீரன்'. இந்தப் படங்களில் எனக்கு மிகச் சிறப்பான கதாபாத்திரங்கள் கிடைத்தன.

எம்.ஜி.ஆருடன் நடித்த மூன்று படங்கள் வெள்ளி விழா கண்டன. சிவாஜிகணேசனுடன் நடிப்பதற்கும் புதிய ஒப்பந்தங்கள் கையெழுத்தாயின. ஒரு நல்ல படவாய்ப்பு நழுவியதற்கு ஈடாக இறைவன் அடுத்தடுத்து எனக்கு அளித்த படவாய்ப்புகள் நூறு நாள் படங்களாகவும் எனக்கு விருதுகளைப் பெற்றுத் தந்த படங்களாகவும் அமைந்துவிட்டன.

தெலுங்குப் படங்களில் நடிக்க முடியாமல் போகும் அளவுக்குத் தமிழ்ப் பட வாய்ப்புகள் வந்து கொண்டிருந்தன. நான் என்னைத் தமிழ்ப் பெண்ணாகவே உணரத் தலைப்படும் அளவுக்குத் தமிழ்த் திரைப்பட உலகம் என்னைக் கொண்டாடியது. இந்த நேரத்தில்தான் எங்களின் சொந்தத் தயாரிப்பான 'விப்ர நாராயணா'வுக்குத் தேசிய விருது கிடைத்தது. 'விப்ர நாராயணா' படத்தில் நடித்துக்கொண்டிருக்கும்போதே தேசிய விருது அமைப்பை நிறுவும் நிகழ்ச்சிக்காகத் தென்னிந்தியாவின் முக்கியத் திரை உலகப் பிரமுகர்களை டெல்லிக்கு அழைத்திருந்தனர். ஏவி. மெய்யப்பச் செட்டியார், லலிதா, பத்மினி, என் கணவர், நான் முதலானோர் அந்நிகழ்ச்சிக்கு அழைக்கப்பட்டிருந்தோம். குடியரசுத் தலைவர் மாளிகையில் அந்த நிகழ்ச்சி நடந்தது.

நிகழ்ச்சி முடிந்ததும் ஆக்ரா, பிருந்தாவனத்தில் ஒரு கோயில், பதேபூர் சிக்ரி ஆகிய ஊர்களைச் சுற்றிப் பார்த்தோம். டெல்லிக்கு அருகில் உள்ள மதுரா சென்றோம். இங்கே ஜெமினி வாசன் அவர்கள் மதிய விருந்துக்கு ஏற்பாடு செய்திருந்தார். நான் நடித்த ஜெமினியின் 'நிஷான்', 'மங்களா' ஆகிய படங்கள் அப்போதுதான் வெளியாகியிருந்தன. இப்படங்களின் மூலம் அகில இந்திய நட்சத்திரம் ஆகிவிட்டேன். போகும் இடங்களில் எல்லாம் ரசிகர்கள் 'மங்களா ஆயியே! மங்களா ஆயியே!' (மங்களா வந்திருக்கிறாள்) என்று என்னைச் சூழ்ந்துகொண்டனர்.

லலிதாவின் குறும்பு

ராதைக்கும் கிருஷ்ணனுக்கும் மதுராவில் கட்டப்பட்டிருக்கும் கோயில் ஒரு காதல் மாளிகை. ஆக்ராவின் தாஜ்மகால் பற்றி என்னவென்று சொல்வது? பத்மினி, தாஜ்மகாலைப் பார்த்து மெய்மறந்து 'ஆகா இங்கேயே தங்கிவிடலாம்போல் இருக்கே!' என்றார். 'அப்படித்தான் ஆகிவிடும் போலிருக்கு. உன் விமான டிக்கெட் இன்னும் கன்ஃபார்ம் ஆகவில்லை' என்று லலிதா சொன்னாள். 'ஐயையோ!' என்று பத்மினி கத்தவும் ஒரே சிரிப்பு. லலிதாவின் குறும்புத் தனங்கள் கொஞ்ச நஞ்சமல்ல. அவரும் செட்டியாரும் சீட்டு விளையாடுவார்கள். செட்டியார்

தோற்றுக்கொண்டே இருப்பார். 'ஹோ' வென்று பெண்களின் சத்தம் எழும்.

தென்னிந்தியாவின் முதல் கேவா கலர் படமான 'அலிபாபாவும் நாற்பது திருடர்களும்' பட வேலைகள் தொடங்கின. படத்தின் தயாரிப்பாளர் சேலம் மாடர்ன் தியேட்டர்ஸ் அதிபர் டி.ஆர். சுந்தரம். இதற்கு முன்பே பட்சிராஜா புரொடக்சன்ஸ் தயாரித்த 'மலைக்கள்ளன்' படத்தில் நடிப்பதற்காக சேலம் சென்றேன். கூடவே துணைக்கு மாமியாரும் வந்தார். பலர் முன்னிலையில் அவர் என்னுடன் பேச மாட்டார். ஆனாலும், வித்தியாசமாக ஏதேனும் இருந்தால் என் முதுகைச் சுரண்டுவார்.

எம்.ஜி.ஆர். நடித்த 'மலைக்கள்ளன்' படம் தெலுங்கில் 'அக்கி ராமுடு' என்ற பெயரில் என்.டி.ஆரை வைத்து எடுக்கப்பட்டது. இந்த இரண்டு படங்களுமே வெள்ளிவிழாப் படங்கள். பட்சிராஜா புரொடக்சன்ஸ் முதலாளி ராமுலு இந்த இரண்டு படங்கள் தந்த வெற்றியில் உற்சாகமடைந்தார். திலீப்குமாரையும், மீனா குமாரியையும் வைத்து இந்தியில் 'ஆஸாத்' எடுத்தார். அதுவும் வெள்ளி விழா கொண்டாடியது. தமிழ்நாட்டின் தலைசிறந்த கவிஞரான நாமக்கல் கவிஞர் இந்தப் படத்துக்கான கதாசிரியர்.

பிரபலப்படுத்திய பாடல்

சரி.. மறுபடி அலிபாபாவுக்கு வருவோம். 'அலிபாபாவும் நாற்பது திருடர்களும்' படத்தில் நான் பாடிய 'அழகான பொண்ணு நான்' என்ற பாட்டு தமிழ்நாட்டின் பட்டிதொட்டி எல்லாம் ஒலித்தது!

படத்தின் தயாரிப்பாளர் மாடர்ன் தியேட்டர்ஸ் டி.ஆர். சுந்தரம் பிறவிப் பணக்காரர். இங்கிலாந்து சென்று படித்தவர். பயமில்லாதவர். அங்கே படித்த காலத்தில் ஒரு ஆங்கிலேயப் பெண்மணியைக் காதலித்துத் திருமணம் செய்துகொண்டு நாடு திரும்பியவர். யாரைப் பற்றியும் கவலைப்பட மாட்டார். திரைப்பட நடிக நடிகர்களை ஏக வசனத்தில் பேசுவார். 'டிசிப்ளின்' அவருக்கு முக்கியம்.

என்னையும் என் மாமியாரையும் கௌரவமாக நடத்தினார். மாடர்ன் தியேட்டர்ஸ் அலுவலகத்திலேயே நானும் என் மாமியாரும் தங்க வசதிகள் செய்து கொடுத்திருந்தார். மற்ற கலைஞர்கள் ஸ்டுடியோ அருகில் இருந்த அறைகளில் தங்கவைக்கப்பட்டனர். எங்களுக்கு ஏதோ பக்கிங்ஹாம் அரண்மனையே கிடைத்துவிட்டதுபோல் எங்களைப் பார்த்து

வியந்துபோனார்கள்! படப்பிடிப்பு இடைவிடாமல் நடைபெற்று வந்தது.

படப்பிடிப்பு இல்லாத ஒருநாளில் என்னிடம் வந்த சக பெண் நடிகர்கள் 'அம்மா டி.ஆர். சுந்தரம் உங்கள் மீது மரியாதை வைத்திருக்கிறார். நாங்கள் தங்கியிருக்கிற அறைகளில் இருந்து பாத்ரூம் போவதற்கு வெளியே ரொம்ப தூரம் நடக்க வேண்டியிருக்கு. சங்கடமாக இருக்கு. அறைக்கு அருகிலேயே இருந்தால் நன்றாக இருக்கும். இதை நீங்கள்தான் அவரிடம் சொல்லி ஏற்பாடு செய்து தரவேண்டும்' என்றார்கள்.

எனக்கு அந்தத் தகவல் அதிர்ச்சி அளித்தது. 'இத்தனை நாள் என்ன பண்ணிக் கொண்டிருந்தீர்கள்; அவரிடம் உடனே சொல்வதற்கு என்ன?' என்று அதட்டிக் கேட்டேன்.

'ஐயோ அம்மா! அவர் கோபம் உங்களுக்குத் தெரியாது. ஒரு முறை ராஜபார்ட் நடிகர் பி.யு. சின்னப்பா படப்பிடிப்புக்குத் தாமதமாக வந்ததால் அவர் கொடுத்த தண்டனையை நினைத்துப் பயமாக இருக்கிறது!' என்றார்கள். 'அப்படி என்ன தண்டனை கொடுத்தார்?' என்று நான் கேட்கப் போய், அந்தப் பெண்கள் சொன்னதைக் கேட்டுப் பகீரென்றது. அந்தத் தண்டனை பயங்கரமானது மட்டுமல்ல அநாகரிகமானதும்கூட!"

30. எம்.ஜி.ஆர். தப்பித்தார்!

மாடர்ன் தியேட்டர்ஸ் ஸ்டுடியோவில் பி.யு.சின்னப்பாவுக்கு நேர்ந்த பயங்கரத்தை பானுமதி என்னிடம் விவரித்தார். “சக பெண் நடிகைகள் (பெரும்பாலும் ஜூனியர் ஆர்ட்டிஸ்டுகள்) சுற்றுமுற்றும் பார்த்துவிட்டு என்னை நெருங்கி கிசுகிசுப்பான குரலில் ‘ஐயோ! அம்மா! ஒருநாள் பி.யு.சின்னப்பா படப்பிடிப்புக்கு இரண்டுநாள் தாமதமாக வந்து சேர்ந்தார். முதலாளிதான் (டி.ஆர். சுந்தரம்) கோபத்தில் துர்வாச முனிவராயிற்றே. வந்ததே கோபம். பி.யு. சின்னப்பாவை அப்படியே ஒரு மரத்தில் கட்டி வச்சு சாட்டையால் விளாசித் தள்ளிவிட்டார்! அன்று முதல் படப்பிடிப்புக்கு யாரும் தாமதமாக வருவதே இல்லை.

அதுமட்டுமல்ல.. முதலாளி முன்னால் நேருக்கு நேராக நின்று பேசும் தைரியமும் யாருக்கும் வந்தது இல்லை! ஆனால், உங்கள் மீது அவர் வைத்திருக்கிற மரியாதையை நாங்கள் பார்த்தோம். “அதனால்தான் இந்த விஷயத்தை அவரிடம் சொல்லி முடித்துத் தர உங்களைக் கேட்டிருக்கிறோம்’ என்றார்கள். நான், ‘பயப்படாதீர்கள் போய் வாருங்கள். இந்த விஷயத்தை நான் பார்த்துக்கறேன்” என்று சொல்லி அவர்களை அனுப்பிவைத்தேன்.

பானுமதி குவாட்டர்ஸ்

டி.ஆர்.சுந்தரத்தின் கண்டிப்பும் நேரம் தவறாமையும் எனக்குப் பிடிக்கும்தான். ஆனால், திரைப்படக் கலைஞர்களை அவர் இதுவரை மதிக்கக் கற்றுக்கொள்ளவில்லை. இப்போது அதை அவருக்குக் கற்றுக்கொடுக்க வேண்டிய தருணம் வந்து விட்டதாகவே நினைத்தேன். மறுநாள் படப்பிடிப்பு இடைவேளையில் டி.ஆர்.சுந்தரத்திடம் சினிமா பற்றிப் பொதுவாகப் பேசிக்கொண்டிருந்தேன். என் மாமியார் பாத்ரூம் விஷயத்தை நினைவுபடுத்துகிற விதமாக என் முதுகைச் சுரண்டினார். புரிந்து கொண்டதற்கு அடையாளமாகத் தலையை ஆட்டியபின் அதுதான் சமயமென்று டி.ஆர்.சுந்தரத்திடம் 'நீங்கள் தப்பாக எடுத்துக்கொள்ளவில்லை என்றால் லேடி ஆர்ட்டிஸ்டுகள் சம்பந்தமாக உங்களிடம் ஒரு கோரிக்கை வைக்கலாமா?' என்றேன்.

'என்ன அம்மா அது? சொல்லுங்கள்' என்றார். 'இப்போ லேடி ஆர்ட்டிஸ்டுகள் தங்கியிருக்கும் அறைகளில் அட்டாச்டு பாத்ரூம் இல்லை. அறையிலிருந்து வெளியே வந்து தூரத்தில் இருக்கும் ஒரு இடத்துக்குப் போக வேண்டி இருக்கு. இது அவங்களுக்கு ரொம்பவும் சங்கோஜமாக இருக்கு. உங்க ஸ்டுடியோ வளாகம் பெரிசாகத்தானே இருக்கு. இதில் ஒரு பக்கம் அட்டாச்டு பாத்ரூம்களோடு அறைகள் கட்டிக் கொடுத்தால் நன்றாக இருக்கும். என் வேண்டுகோள் இது' என்றேன்.

நான் சொன்னதைக் கேட்டதும் இத்தனை நாள் அந்த தப்பை உணராது இருந்து விட்டவர் போல் முகத்தை வைத்துக் கொண்டு 'நிச்சயமாகச் செய்து விடுகிறேன்' என்றார். அடுத்தமுறை படப்பிடிப்புக்கு நான் சேலம் சென்றபோது மாடர்ன் தியேட்டர்ஸ் வளாகத்தில் அட்டாச்டு பாத்ரூம்களுடன் புத்தம் புதிதாக அறைகள் கட்டப்பட்டிருப்பதைக் கண்டேன்.

லேடி ஆர்ட்டிஸ்டுகள் எனக்கு நன்றி சொன்னார்கள். 'ஒரே வார்த்தைதான் சொன்னீர்கள். மிஸ்டர் சுந்தரம் கட்டித் தந்துவிட்டார். எங்கள் கண்ணியத்தைக் காப்பாற்றிவிட்டீர்கள் அம்மா. இப்போதான் எங்களுக்கு நிம்மதியாக இருக்கு. உங்க முயற்சியாலே நடந்ததால் இதுக்கு பானுமதி குவார்ட்டர்ஸ்னு பேர்கூட வச்சிட்டோம்' என்றார்கள்.

இந்தமுறை நான் அந்த அறைகளில் ஒன்றில் அவர்களோடு தங்கப் போகிறேன் என்று சொன்னபோது மிஸ்டர் சுந்தரம் என்னை மிகவும் பாராட்டினார்.

மாட்டிக்கொண்ட எம்.ஜி.ஆர்

'அலிபாபாவும் நாற்பது திருடர்களும்' படப்பிடிப்பின் இறுதிக்கட்டத்தில் நாங்கள் சேலம் சென்றோம். சில கிளைமாக்ஸ்

காட்சிகள் படமாக்கப்படவேண்டி இருந்தன. இந்த நேரத்தில் படத் தயாரிப்புக் குழுவினரிடம் ஏதோ பதற்றம் தெரிந்தது. காரணம் நான் வந்துவிட்டேன். எம்.ஜி.ஆர். வரவில்லை! அன்று முழுவதும் வரவில்லை! இந்த தகவல் டி.ஆர்.சுந்தரத்துக்கு எட்டிவிடாதபடி எல்லோரும் பார்த்துக் கொண்டார்கள்.

இரவாயிற்று எம்.ஜி. ஆர். சென்னையில் மற்றொரு படத்தின் படப்பிடிப்பில் மாட்டிக்கொண்டுவிட்டார் என்று தெரிந்தது. அதுவும் கிளைமாக்ஸ் காட்சிதான்! பட நிறுவனம் அவரைப் போகவிடவில்லை!

படக் குழுவினர் என்ன செய்வது என்று தெரியாமல் திகைத்தனர். அவர்களிடம் நானாகவே சென்று 'என்ன விஷயம்? நாளைக்கு ஷூட்டிங் இருக்கா இல்லையா?' என்று கேட்டேன். மறுநாளும் எம்.ஜி.ஆர். வரவில்லை என்றால் என்ன செய்வது? அவர்கள் படுகிற அவஸ்தையைப் பார்த்துவிட்டு 'இன்னும் கூடுதலாக ஒருநாள் தாமதமானாலும் பரவாயில்லை. நான் காத்திருக்கிறேன். நாளை மறுநாள் ஷூட்டிங்கை வைததுக் கொள்ளலாம்' என்றேன். அதற்கு அவர்கள் 'மேடம் நீங்கள் பொறுத்துக்கொள்கிறீர்கள். அது உங்கள் பெருந்தன்மை. சரி, ஆனால் சுந்தரம் சார் வந்து எம்.ஜி.ஆர். எங்கே என்று கேட்டால் என்ன சொல்வது?' என்று பயந்தார்கள்.

மறுநாள் படக் குழுவினர் சுந்தரம் சந்திப்பில் என்ன சொல்லி சமாளித்தார்களோ தெரியவில்லை. மாலைவரை எம்.ஜி.ஆர். வரவில்லை. 'அலிபாபா' ரஷ்களை போட்டுப் பார்த்துப் பொழுதைப் போக்கினேன். சென்னையிலிருந்து எம்.ஜி.ஆர். புறப்பட்டு விட்டதாகச் சொன்னார்கள். ஆனால், என் பார்வையைத் தவிர்த்தார்கள்.

அன்று மாலை எதிர்பாராதவிதமாக மிஸ்டர் சுந்தரம் என்னைச் சந்தித்தார். அவருக்குப் பின்னால் படக்குழுவினர் கையைப் பிசைந்துகொண்டு நின்றார்கள். 'பானுமதி அம்மா நமஸ்காரம்.. மன்னிக்க வேண்டும். தங்களை இரண்டு நாட்கள் காத்திருக்க வைத்துவிட்டேன். நாளை எம்.ஜி.ஆர். வரவில்லை என்றால் வேறு ஒருவரை ஹீரோவாகப் போட்டு படப்பிடிப்பைத் தொடர்வோம்' என்றார்.

உடனே நான் 'சார் ப்ளீஸ்.. அப்படியெல்லாம் பேசாதீர்கள். தேவைப்பட்டால் மற்ற தயாரிப்பாளர்களிடம் சொல்லிவிட்டு இன்னும் சில நாட்கள் இங்கே தங்குவதில் எனக்கு ஆட்சேபனை இல்லை. படத்தை முடித்துக் கொடுத்துவிட்டு தான் இங்கே இருந்து புறப்படுவேன்' என்றேன்.

டிஸ்மிஸ் மிரட்டல்!

அப்படியும் சுந்தரம் தனது முதல்நிலை ஊழியர்களை விட்டபாடில்லை. 'எம்.ஜி.ஆர். இன்று சாயங்காலத்துக்குள் வந்து நாளைக்குப் படப்பிடிப்பில் கலந்து கொள்ளவில்லை என்றால் உங்கள் எல்லோரையும் கூண்டோடு டிஸ்மிஸ் செய்யவேண்டி இருக்கும்' என்று மிரட்டிவிட்டுச் சென்றார். அன்று மதியம் 2 மணி இருக்கும். மிஸ்டர் எம்.ஜி.ஆரை சென்னையிலிருந்து கிட்டத்தட்ட குண்டுக்கட்டாகத் தூக்கி வந்துவிட்டார்கள். கிளைமாக்ஸ் படப்பிடிப்புக்கான ஏற்பாடுகள் விறுவிறுப்பாக நடந்தன. காலையில் நான் மேக்கப் போட்டுக் கொண்டிருந்தபோது எம்.ஜி. ஆர் வந்தார். 'அம்மா...உங்களுக்குச் சிரமம் கொடுத்துவிட்டேன்.

ரொம்ப ஸாரிம்மா' என்றார். எம்.ஜி.ஆரை செட்டில் பார்த்தால் மிஸ்டர் சுந்தரத்தின் 'எதிர்வினை' எப்படி இருக்குமோ என்று எல்லோரும் பயந்து கொண்டிருந்தார்கள். சுந்தரம் வந்தார் எம்.ஜி.ஆரைப் பார்த்து 'மிஸ்டர் ராமச்சந்திரன் இந்த தடவை உங்களை விட்டுவிடுகிறேன். நீங்கள் வரும்வரை பானுமதி அம்மா காத்துக் கிட்டிருந்தாங்க தெரியுமா? இனிமேல் இப்படிச் செய்யாதீர்கள்' என்றார். எம்.ஜி.ஆர். மறுபடி மன்னிப்புக் கேட்டார். என் மாமியார் முதுகைச் சுரண்டி காதருகே நல்லவேளை எம்.ஜி.ஆர் தப்பிச்சார் என்றார். 'லைட்ஸ் ஆன்' என்ற குரல் கேட்டது. எல்லாவற்றையும் மறந்துவிட்டு நாங்கள் படப்பிடிப்புக்குத் தயாரானோம்.

31. மக்களுக்கான ராகம்!

காடு வெளஞ்சென்ன மச்சான்
நமக்குக் கையுங் காலுந்தானே மிச்சம்
காடு விளையட்டும் பொண்ணே நமக்குக்
காலம் இருக்குது பின்னே
நாளை போடப் போறேன் சட்டம்
நமக்கு நன்மை புரிந்திடும் திட்டம்

படம்: நாடோடி மன்னன்

மாடர்ன் தியேட்டர்ஸ் பட முதலாளி சுந்தரத்தின் கோபத்திலிருந்து எம்.ஜி.ஆர். தப்பித்துக்கொண்டதை எடுத்துக்கூறிய பானுமதி, தனது பிஸியான நாட்களைக் குறித்த பகிர்தலைத் தொடர்ந்தார்.

'அலிபாபாவும் 40 திருடர்களும்' படம் வெளியான இடங்களில் எல்லாம் 100 நாட்கள் ஓடியது. படத்தின் நூறாவது நாள் விழாக்களை நடத்த சேலத்திலும் சென்னையிலும் டி.ஆர்.சுந்தரம் பிரம்மாண்டமான ஏற்பாடுகளைச் செய்திருந்தார். கணவருடன் விழாக்களில் நான் கட்டாயம் கலந்துகொள்ள வேண்டுமென்று அழைப்பு விடுத்திருந்தார். தொடக்கம் முதலே நூறாவது நாள் கொண்டாட்டங்களைத் தவிர்த்து வந்திருக்கிறேன்.

இவ்விழாக்களில் வழங்கப்படும் கேடயங்களை வாங்கி, வீட்டின் அலமாரிகளில் பலர் அறியக் காட்சிப்படுத்துவதுதில் எனக்கு ஆர்வமில்லை. அப்படியே வாங்கினாலும் வீட்டின் ஏதோ ஒரு மூலையில் அவற்றைப் போட்டு வைத்திருப்பேன். வீட்டுக்கு வரும் விருந்தாளிகள் 'என்ன இது! உனக்குக் கிடைத்த ஷீல்டுகளையும் நினைவுப் பரிசுகளையும் இப்படி மூலையில்

போட்டு வச்சிருக்கே; எல்லோரையும் போல கூடத்தில் அழகாக வைத்தால்தான் என்ன?' என்று கேட்பார்கள். நான் சிரித்துக்கொண்டே 'எனக்குக் கிடைத்த பரிசுகளைக் காட்டி என் திறமையைப் பாருங்கள் என்று தம்பட்டம் அடித்துக் கொள்ளணுமா என்ன?' என்று திருப்பிக் கேட்பேன்.

அதுதான் 'மக்கள் திலகம்'

டி.ஆர்.சுந்தரத்தின் அழைப்பை மறுக்க முடியவில்லை. மதுரையில் நடந்த விழாவில் மக்கள் தந்த வரவேற்பும் உற்சாக வாழ்த்துகளும் என்னால் மறக்க முடியாதவை. அந்த ஆண்டு எனக்குத் தமிழ்ப் படங்களில் நடிக்க நிறைய வாய்ப்புகள் தேடிவந்தன. ஒரே நேரத்தில் 18 தமிழ்ப் படங்களில் நடிக்க ஒத்துக்கொண்டது நினைவுக்கு வருகிறது.

அந்தக் காலத்தில் படங்கள் வேகமாக எடுக்கப்படுவதில்லை. அவசரமே இல்லாமல் படவேலைகளைத் திட்டமிடுவார்கள், அமைதியான பதற்றப்படாத சூழலில் படங்கள் எடுக்கப்படும். இது படத்திலும் பிரதிபலிக்கும். ஆசுவாசமான காட்சிகள், நின்று நிதானமாகப் பேசும் கதாபாத்திரங்கள் படத்துக்குத் தனியாக அழகைக் கொடுத்தன என்பதை மறக்க முடியாது. அந்தக் காலத்தில் மக்கள் அப்படித்தானே வாழ்ந்தார்கள்?

மக்கள் என்றதும் ஒரு சம்பவம் நினைப்புக்கு வருகிறது. எம்.ஜி.ஆர். அடிக்கடி சொல்லும் வார்த்தை. 'மக்களுக்காகப் படம் எடுக்கிறோம் என்பதை மறந்துவிடக் கூடாது'.

'நாடோடி மன்னன்' படத்தில் ஒரு பாடல் பதிவின்போது, குறிப்பிட்ட பாடலுக்கு இசை அமைத்த தருணத்தில் எம்.ஜி.ஆரும் உடனிருந்தார். பாடலுக்கான இசை, கர்னாடக இசையில் குறிப்பிட்ட ராகத்தில் அமைந்தது. ஆனால், ராகம் சரியாக வரவில்லை. பிசிறு தட்டியது. இதை நான் சுட்டிக்காட்டியபோது எம்.ஜி.ஆர், 'ராகம் பிசகினாலும் மக்கள் புரிந்துகொள்ளும்படியான வார்த்தைகள் முக்கியம் அம்மா' என்றார்.

நான் சிறு வயதிலிருந்தே சங்கீதத்தில் முறையாகப் பயின்றவள் என்பதால் அபஸ்வரத்தைத் தாங்கிக்கொள்ள முடியவில்லை. மக்களுக்குப் புரிவதே முக்கியம், ராகம் சரியில்லை என்றாலும் பரவாயில்லை என்று எம்.ஜி.ஆர். சொல்லிவிட்டார். பட்டி தொட்டி எங்கும் பாமர மக்களிடம் 'நாளை போடப்போறேன் சட்டம்' என்று பிரபலமான அந்தப் பாடலில் தன் எதிர்காலத்தைச் சூசகமாகச் சொல்லி இருப்பார். அவர் ஏன் 'மக்கள் திலகம்' என்று அழைக்கப்பட்டார் என்று புரிந்தது.

வதந்தியும் உண்மையும்

இக்கால கட்டத்தில்தான் நாராயணா அண்டு கோ அதிபர். நாராயணா அய்யங்கார் 'கணவனே கண்கண்ட தெய்வம்' என்ற படத்தை எடுக்கத் திட்டமிட்டார். இதற்கு முன்பே எங்கள் நிறுவனத்துடன் சேர்ந்து தமிழிலும் தெலுங்கிலும் 'சிந்தாமணி' என்ற படத்தை எடுக்கத் திட்டமிட்டிருந்தோம். படப்பிடிப்பு நடத்திக்கொண்டிருந்தபோதே உடம்பு இளைப்பதற்காக நான் சாப்பிட்ட மாத்திரையில் கடுமையான உடல்நலக் குறைவு ஏற்பட்டது.

இதனால் படப்பிடிப்புகளை ரத்து செய்யும் நிலை ஏற்பட்டது. இந்த வேளையில்தான் நான் படப்பிடிப்புக்கு ஒத்துழைப்பதில்லை என்ற வதந்தி பரவியது. தயாரிப்பாளர் புட்டண்ணா, கதாபாத்திரம் பிடிக்காததால் நான் இப்படிச் செய்வதாகப் புகார் சொன்னார். என்னுடைய நிலைமையை விளக்கமாக எடுத்துச் சொல்லி படத்திலிருந்து நான் விலகிக் கொள்வதாகத் தெரிவித்துவிட்டேன்.

'மிஸ்ஸியம்மா' படத்துக்குப் பிறகு இது என் வாழ்க்கையில் ஏற்பட்ட இரண்டாம் அபஸ்வரம். 'செஞ்சு லட்சுமி' படத்திலும் உடல்நிலை காரணமாக வெளியேற நேர்ந்தது. பரணி பிக்சர்ஸ் சார்பாக 'சிந்தாமணி' என்ற படத்தை எடுக்க முற்பட்டோம். இதில் என்.டி ராமராவ் முக்கிய வேடமேற்று நடித்தார். எஸ்.வி. ரங்காராவ் ரேலங்கி வெங்கடராமையா (சுப்பிசெட்டி கதாபாத்திரம்) ஆகியோரும் சிறப்பாக நடித்தனர்.

தணிக்கைக் குழு தலைவர் பண்டிரி மல்லிகார்ஜுன் ராவ் சுப்பிசெட்டி கதாபாத்திரம் குறிப்பிட்ட வகுப்பினரைக் கேலி செய்வதாகக் கூறி இரண்டாயிரம் அடி நீளத்தை வெட்டச் சொல்லிவிட்டார். உண்மையாக அவை யாரையும் புண்படுத்தாத நல்ல நகைச்சுவைக் காட்சிகள். இது எங்களுக்குப் பலத்த அடி. படமும் சுமாராகத்தான் ஓடியது. பிறகு 'வரடு காவாலி' என்ற தெலுங்குப் படம் பரணி பிக்சர்ஸின் சொந்தப் படமாக வெளிவந்தது. தமிழில் சிவாஜி கணேசன் நடிப்பில் 'மணமகன் தேவை' படமாக வெளிவந்தது. தெலுங்கில் தோல்விகண்ட இப்படம் தமிழில் சக்கைப்போடு போட்டது.

மென்மையின் மறு உருவம்

'ரங்கோன் ராதா' படத்தில் நடித்ததற்காக எனக்கு பிலிம் ஃபேன்ஸ் அவார்டு கிடைத்தது. இந்தப் படத்தின் கதாநாயகன் சிவாஜி கணேசன். படப்பிடிப்பு இடைவேளைகளில் ஆங்கிலப் படங்களைப் பற்றி இருவரும் பேசுவோம். சிவாஜி பிறவி நடிகர்.

அவர் கண்கள் பேசும் அழகை பார்த்துக் கொண்டே இருக்கலாம். கதாபாத்திரத்தின் உணர்வுகளைக் கன்னங்களைத் துடிக்கவைத்து, அவர் வெளிப்படுத்துவதைக் கண்டு வியந்திருக்கிறேன். நான் சீனியர் ஆர்டிஸ்ட் என்பதால் என்னிடம் பேசக் கூச்சப்படுவார். மென்மையின் மறு உருவம் அவர்.

கொஞ்சம் கிண்டலும் உண்டு. ஆனால், நடிப்பில் வெளுத்து வாங்குவார். தமிழ் வசன உச்சரிப்புகள் சிலவற்றை அவரிடம் கேட்டுத் தெளிவுபடுத்திக் கொண்டிருக்கிறேன். நான் தமிழ் நன்றாகப் பேசுகிறேனா என்று அவரிடம் ஒருநாள் கேட்டேன். 'ஐயோ! அம்மா! என்னிடம் இப்படிக் கேட்கலாமா? சரஸ்வதி கடாட்சம் உடையவர் நீங்கள். அதனால்தான் வெகு அழகாகப் பாடுகிறீர்கள், இயல்பாக நடிக்கிறீர்கள். நன்கு வசனம் பேசுகிறீர்கள். என்ன ஒன்று.. தெலுங்கு வாடை லேசாக வீசுகிறது. அதுவே அழகாகத்தான் இருக்கு அம்மா!' என்றார் சாமர்த்தியமாக.

அவர் 'சரஸ்வதி கடாட்சம்' என்றதும் ஏனோ எனக்கு என் ஜாதகத்தின் நினைவு வந்துவிட்டது. நான்தான் ஜோதிடத்தில் நம்பிக்கை உடையவள் ஆயிற்றே. படப்பிடிப்பு இடைவேளையில் என் ஜாதகத்தில் கிரகங்களின் சஞ்சாரத்தைக் கணித்தேன். திக்கென்றது. எனக்கு ஏழரைச் சனி தொடங்க இருந்தது. இதன் விளைவு என்ன ஆயிற்று தெரியுமா?

32. பூவாகி காயாகி...

வசன உச்சரிப்புக்குப் பெயர்போன சிவாஜியிடம் தனது தமிழ் உச்சரிப்புப் பற்றிக் கருத்துக் கேட்டார் பானுமதி அம்மையார். சிவாஜியோ மனத்தில் பட்டதை மறைக்காமல் கூறினார். அதை நினைவுகூர்ந்த பானுமதி அம்மையார், சட்டென்று தனது ஜாதகத்தைத் துருவப்போய் அதில் கிரக சஞ்சாரங்களைப் பார்த்து சஞ்சலப்பட்ட தருணத்தைப் பகிரத் தொடங்கினார்.

"ஏழரைச்சனி என் கணவரையும் விட்டுவைக்கவில்லை. திரைப்படத் தயாரிப்பிலும் ஸ்டுடியோ நிர்வாகத்திலும் ஆர்வம் குன்றிக்கொண்டே வந்தது. வீட்டில் ஓய்வெடுக்கவே மனம் நாடியது. நிலபுலன்களை நிர்வாகம் செய்வதில் ஈடுபாடு உண்டாயிற்று. பரணி ஸ்டுடியோவைக் குத்தகைக்கு விடுவதென்று முடிவு செய்தோம். ஜப்பான் போய்விட்டு வரலாமே என்று தோன்றிற்று. இப்படியெல்லாம் மனசை அலைக்கழிப்பது ஏழரைச்சனியின் வேலைதான்.

தென்னிந்திய சினிமா வர்த்தக சபையில் அங்கம் வகித்த ஏ.எல்.சீனிவாசனுக்கும் என் கணவருக்கும் நல்ல நட்பு இருந்தது. ஏ.எல்.எஸ். கவிஞர் கண்ணதாசனின் மூத்த சகோதரர்.

எங்கள் ஸ்டுடியோ அதிர்ஷ்டக்கார இடம் என்பதாகத் திரையுலகில் ஒரு நம்பிக்கை இருந்தது. ஏ.எல்.எஸ்ஸுக்கும் அப்படி ஒரு நம்பிக்கை இருந்தது. ஆகவே, பரணி ஸ்டுடியோவை அவரே குத்தகைக்கு எடுத்தார். அந்த வருஷமே அவர் பிலிம் சேம்பரின் தலைவராகவும் ஆனார். முதல் தடவையாக கே.எஸ். கோபாலகிருஷ்ணனுக்கு பரணி ஸ்டுடியோவில் படம் எடுக்கும் வாய்ப்பைக் கொடுத்தார்.

'கற்பகம்' திரைப்படம் அங்குதான் படமாக்கப்பட்டது. கே.ஆர்.விஜயா திரை உலகுக்கு அறிமுகமானது இந்தப் படத்தில்தான். அந்தப் படம் ஹிட் ஆனது. தொடர்ந்து பரணி ஸ்டுடியோவில் எடுக்கப்பட்ட பல படங்கள் ஹிட் ஆயின. தொடர்ந்து அவர் சில வெற்றிப் படங்களை எடுத்தார். மற்ற தயாரிப்பாளர்கள் பரணி ஸ்டுடியோவில் எடுத்த படங்களும் வெற்றிப் படங்களாகவே அமைந்தன.

என் மகன் பரணியின் எஸ்.எஸ்.எல்.சி தேர்வு நெருங்கிக் கொண்டிருந்தது. நாங்கள் இருவரும் ஜப்பான் போவதற்குப் பதிலாக என் கணவர் மட்டும் சுற்றிப் பார்த்துவிட்டு வந்தார். வரும்போது டோக்கியோவிலிருந்து எனக்கு ஒரு முத்து மோதிரம் வாங்கி வந்தார்.

எஸ்.எஸ்.வாசன் அழுதார்!

அவர் திரும்பிய கையோடு நாங்கள் ஒரு படம் எடுக்கத் திட்டமிட்டோம். வங்க மொழிக் கதை ஒன்றைப் படமாக எடுக்க ஆசைப்பட்டு கல்கத்தா சென்றார் என் கணவர். 'படி தீதி' என்ற வங்கப் படம் அப்போதுதான் வெளியாகியிருந்தது. சரத்

சந்திரசட்டர்ஜியின் நாவலைத் தழுவி எடுக்கப்பட்ட அந்தப் படத்தில் உத்தம் குமார் நடித்திருந்தார். கதையும் அவர் நடிப்பும் என் கணவருக்கு நிறையவே பிடித்துப் போய்விட்டது.

படத்தின் உரிமையையும் ஒரு பிரிண்டையும் வாங்கிக் கொண்டு சென்னை வந்து சேர்ந்தார். உத்தம்குமாரின் நடிப்பைப் பார்த்துவிட்டு அவர் நடித்த ரோலில் நாகேஸ்வரராவ் நடித்தால் நன்றாக இருக்கும் என்று பட்டது. அந்தப் படத்தை நாகேஸ்வர ராவை பலமுறை பார்க்கும்படி தூண்டினார் என் கணவர். ஏ.என்.ஆர். அந்தப் படத்தில் பெற்ற உற்சாகம் 'பாதசாரி'யில் ஒப்பற்ற நடிப்பாக வெளிப்பட்டது.

அவரது ஜோடியாக சௌகார் ஜானகி நடித்திருப்பார். எங்கள் நிறுவனத்தின் படத்தில் அவர் நடித்தது அதுவே முதல் முறை. அவர் ஏற்கும் கதாபாத்திரம் எதுவானாலும் அதில் அப்படியே ஜீவனைக் கொண்டுவந்து படம் பார்ப்பவர்களை நெகிழவைத்துவிடுவார். அபாரமான நடிகை அவர்!

'பாதசாரி' படத்தை நாங்கள் தெலுங்கிலும் தமிழிலும் எடுத்தோம். தமிழில் அந்தப் படத்தின் பெயர் 'கானல்நீர்'. வலம்புரி சோமநாதன்தான் வசனகர்த்தா. ஜெமினி அதிபர் எஸ்.எஸ்.வாசன் அந்தப் படத்தைப் பார்த்துவிட்டுக் கண்ணீர் விட்டார். என் கணவரின் திறமை அப்படத்தில் அபாரமாகப்

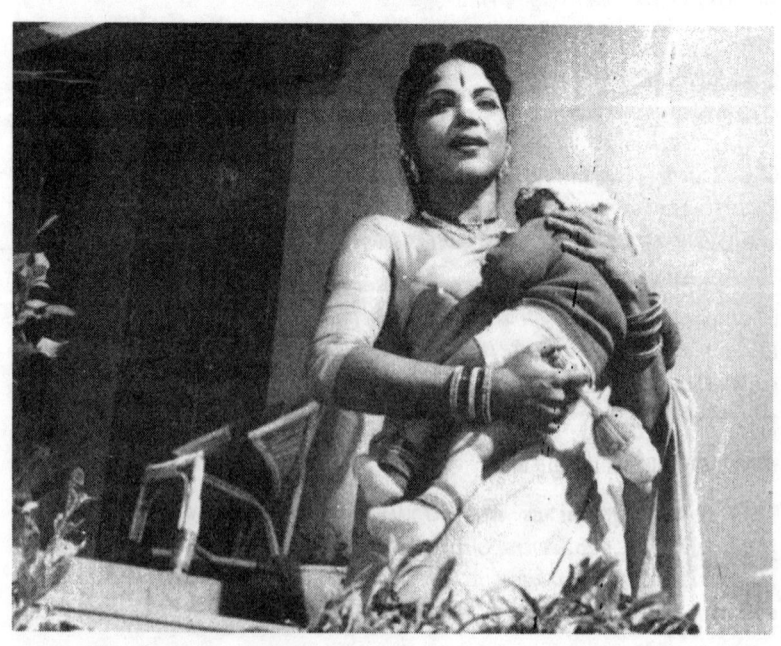

பிரகாசித்தது. படத்தின் ஒவ்வொரு அம்சமும் கலைச் சிகரத்தின் உச்சியைத் தொட்டது. ஜெமினி பிக்சர்ஸ் நிறுவனம் அப்படத்தை வெளியிட்டது.

'அன்னை'யும் நானும்

தெலுங்குப் படக் கலைஞர்கள் தமிழ்ப்பட உலகில் கோலோச்சிய காலம் அது. ஏ.வி.எம். புரொடக்‌ஷன்ஸ் நிறுவனம் 'மாயா மிருகா' என்ற வங்கப் படத்தின் உரிமையை வாங்கித் தமிழில் 'அன்னை' என்ற பெயரில் எடுத்தனர். எனக்கு அந்தப் படத்தைப் போட்டுக்காட்டி அதில் என்னை நடிக்கும்படி கேட்டுக் கொண்டார்கள். அதில் சௌகார்ஜானகி, எஸ்.வி.ரங்காராவ், ஹரபத் ஆகியோர் முக்கியக் கதாபாத்திரங்களில் நடித்திருந்தார்கள். சௌகார் ஜானகி ஏற்று நடித்த கதாபாத்திரம் நன்றாகவே இருந்தது. எனக்கு ஒதுக்கப்பட்ட கதாபாத்திரம் கொஞ்சம் அசட்டுத்தனமாகவும் வில்லிபோலவும் இருந்தது.

அந்தக் கதாபாத்திரத்தில் நடிப்பதற்கு நான் மிகவும் போராட வேண்டி இருந்தது. நானே ஓர் எழுத்தாளர் என்பதால் திரைக்கதையில் உள்ள குறைகள் என் கண்களில் பட்டன. அதையெல்லாம் சரிசெய்து கொஞ்சம் பாலிஷ் பண்ணி எழுத வேண்டி வந்தது. இதைத் தயாரிப்பாளரின் நல்லதுக்குத்தான் செய்கிறோம் என்று நினைத்துக்கொள்வேன். என் சொந்தப்படம் போலவே நினைத்து சில கலாபூர்வமான ஜோடனைகள் செய்தேன். படத்தை என்னால் முடிந்த அளவு அழகாக்கினேன் என்றுதான் சொல்லணும்.

ஈகோ இல்லாத இயக்குநர்கள்

இயக்குநர்கள் சிலர் இந்த விஷயத்தில் என்னோடு ஒத்துப் போவதில்லை. நான் சொல்லிக் கேட்க வேண்டுமா என்று ஈகோ வந்துவிடும். ஆனால், என் சுபாவத்தையும் கற்பனை ஓட்டத்தையும் புரிந்துகொண்டவர்கள் நான் செய்வதைப் பாராட்டவே செய்வார்கள். இப்படிப்பட்ட டைரக்டர்களாக நான் குறிப்பிட விரும்புவது. பி.என்.ரெட்டி, வி.மதுசூதனராவ், கிருஷ்ணன் பஞ்சு, ஜி.ராமிநீடு ஆகியோரைத்தான்.

‘அன்னை’ படத்தில் நான் செய்த மாற்றங்களை கிருஷ்ணன் பஞ்சு இருவரும் மனப்பூர்வமாக ஏற்றுக்கொண்டு பாராட்டவும் செய்தார்கள். அவர்களின் ஒத்துழைப்போடு திரைக்கதையில் பெரிதாகச் சில மாற்றங்களைச் செய்தேன். ஒரு புல்டோசர் போலக் கதைக்களத்தை மோதித்தள்ளி புரட்டிப்போட்டு வேறுமாதிரி மாற்றினேன். விசித்திரமான கதாபாத்திரத்தை நான் சித்தரிக்க வேண்டியிருந்தது.

தனக்குக் குழந்தை பிறக்காது என்று அந்தப் பெண்மணிக்குத் தெரியும். தங்கையின் மகனைத் தத்தெடுத்து வளர்க்கிறாள். குழந்தையின் மீது அவள் காட்டும் அபரிமிதமான பாசம் குழந்தையின் பெற்றோரை முள்ளாகக் குத்துகிறது. இந்தப் பெண்மணியோ என்றைக்கு அந்தப் பையன் தன்னை ‘நீ என் தாயில்லை’ என்று ஏற்க மறுத்துவிடுவானோ என்ற பயத்திலேயே வாழ்கிறாள். இந்தக் கதாபாத்திரத்தை நான் சித்தரித்த விதத்தால் படித்தவர் முதல் பாமரர் வரை அனைவரிடமும் எனக்குப் பாராட்டுக் கிடைத்தது. படம் 100 நாட்களுக்குமேல் ஓடியதை மறக்க முடியாது” என்று கண்களில் நிறைவை ஒளிரவிட்டு நிறுத்தினார் பானுமதி. ‘அன்னை படத்தில் நீங்கள் பாடிய ‘பூவாகி காயாகி’ பாடலைக் கேட்கணும் போல இருக்கு!’ என்றேன் நான்.

“அதுக்கென்ன பாடினால் போச்சு!” என்று சிரித்தபடியே பாடினார்.

‘பூவாகி காயாகி
கனிந்த மரம் ஒன்று
பூவாமல் காய்க்காமல்
கிடந்த மரம் ஒன்று
காய்க்காத மரத்தடியில்
தேனாறு பாயுதடா
கனிந்து விட்ட சின்னமரம்
கண்ணீரில் வாடுதடா...’

பானுமதி பாடிக்கொண்டிருந்தார்...

இத்தனை வருடங்களைக் கடந்தும் தாய்மையின் துடிப்பைத் தனது குரலில் உயிர்ப்புடன் தக்க வைத்திருந்த அவர் முன்னால், ஒற்றை ரசிகனாய் அமர்ந்து, கைதட்ட மறந்து, கண்கள் திரளக் கரைந்து கொண்டிருந்தேன் நான்.

❖❖❖

33. எழுத்தின் மீது காதல்!

எனது அரை நூற்றாண்டுத் திரைப்பட வாழ்வில் திரை உலகில் எத்தனையோ பேர் வந்தார்கள், வளர்ந்தார்கள், வென்றார்கள். ஆனால், எனது குறுகிய காலத் திரை வாழ்வில் நான் கண்டு, கேட்டு, படித்துத் தெரிந்துகொண்டோரைத் தவிர சக கலைஞர்கள் என்று வெகு சிலருடன் மட்டுமே என் நட்பு வட்டம் இருந்தது. நான் ஒரு 'சீனியர் ஆர்டிஸ்ட்' என்ற முறையில் திரைத்துறையினர் என்னிடம் மதிப்பும் மரியாதையும் அபிமானமும் வைத்திருந்தனர்.

இன்றும்கூட ஏதாவது படத்தில் நடிக்க ஒத்துக்கொள்ளும் முன்பாக மென்மேலும் புகழ் அடையும் உத்தேசம் இருப்பதில்லை. ஏற்கெனவே பெற்ற நல்ல பெயரையும் புகழையும் தக்கவைத்துக் கொண்டால் போதும் என்றே பாடுபடுகிறேன். ஒரு கலைஞர் என்ற முறையில் இதை என் கடமையாகவும் கருதுகிறேன்.

மாமியார் கதைகள்

அடிப்படையில் நான் ஓர் எழுத்தாளர் என்பதே எனக்கு ஆத்ம திருப்தி அளிக்கிறது. நேரம் கிடைக்கிறபோதெல்லாம் நான் சந்திக்கும் மனிதர்களை எல்லாம் கதாபாத்திரங்களாக எழுத்தில் உலவவிடுவது எனக்குப் பிடித்தமானது.

அவ்வப்போது பத்திரிகைகளுக்கு அனுப்பி அவை பிரசுரமாகும்போது கிடைக்கிற மகிழ்ச்சிக்கு ஈடு இணை கிடையாது. இவை 'பானுமதி கதலு' (பானுமதி கதைகள்) என்ற பெயரிலும் 'அத்தகாரு கதலு' (மாமியார் கதைகள்) என்ற பெயரிலும் புத்தக வடிவில் வந்தன.

நிஜவாழ்வில் நானும் என் மாமியாரும் குடும்பத்தில் எதிர்கொண்ட சம்பவங்களை மாமியார் கதைகளாக எழுதித் தமிழிலும்கூட இக்கதைகள் பாராட்டைப் பெற்றன.

"மறுபடி மாமியார் கதைளைத் தொடர்ந்து ஏன் எழுதவில்லை?"

"நீங்கள் எழுதுவதாயிருந்தால் சொல்லுகிறேன்" என்றார் பானுமதி.

அவ்வாறே பானுமதி அம்மையார் சொல்லி, சில கதைகள் தமிழ்ச் சஞ்சிகைகளில் வெளிவந்தன. அவரது நகைச்சுவை மெலிதானது, நாசூக்கானது, யாரையும் புண்படுத்தாது. ஆந்திர அரசாங்கம் சாகித்ய அகாடெமி ஒன்றை நிறுவி இலக்கியத்துக்காகப் பரிசுகளை வழங்கியது. சிறந்த கதைகளுக்கான விருது பானுமதிக்குக் கிடைத்தது. அதே ஆண்டு மத்திய அரசு சிவாஜி கணேசனுக்கும் பானுமதிக்கும் பத்மஸ்ரீ விருது அளித்துக் கவுரவித்தது. ஒரே ஆண்டில் இரண்டு விருதுகள். இரண்டுமே பெருமைக்குரியவை. அவரது பன்முகத்திறமைக்கான அங்கீகாரம். பானுமதி எப்போதும் இசையையும் எழுத்தையுமே பெரிதாக மதித்தார்.

கடிதப் பெருமை

"அகில இந்திய பெண் எழுத்தாளர் மாநாட்டுக்கு என்னை அழைத்திருந்தார்கள். எனக்குக் கிடைத்த பெரிய கவுரவம், ஒரு நடிகை என்று நினைக்காமல் நானும் அவர்களில் ஒருத்தி என்ற ஸ்தானத்தை அளித்ததே. இதை நான் வாழ்நாளில் மறக்க முடியாது. விஜயலட்சுமி பண்டிட் இந்த மாநாட்டுக்குத் தலைமை தாங்கினார். நாடெங்கிலும் இருந்து புகழ்பெற்ற பெண் எழுத்தாளர்களுடன் கலந்துரையாடும் வாய்ப்புக் கிடைத்தது.

மாநாடு முடிந்து திரும்பியதும் அங்கு எனக்கு அறிமுகமான பெண் எழுத்தாளர்களுக்குக் கடிதம் எழுத விரும்பினேன். ஆனால், எனக்கிருந்த பல்வேறு வேலை காரணமாக அவர்களுக்குக் கடிதம் எழுத முடியாமல் போய்விட்டது.

நான் கடிதம் எழுதினால் அது சிறுகதை மாதிரி நீளமாக எழுதிவிடுவேன். இரண்டு மூன்று வரிகளில் எழுதத் தெரியாது. நீண்ட கடிதங்களை எழுத எனக்கு அதிக ஆசை. என் வாழ்வில் கடிதங்கள் எழுத முடியாமல் போனதை ஓர் இழப்பாகவே இன்றுவரை நினைக்கிறேன். எங்கள் கிராமத்தில் தபால்காரர் வந்து கடிதக்கட்டைப் பிரிப்பார். குழந்தைகள் எல்லோரும் அவரைச் சூழ்ந்துகொள்வோம். எங்கள் வீட்டுக்குத்தான் அடிக்கடி கடிதம் வரும். என் சிநேகிதர்கள் என்னைப் பொறாமையுடன் பார்ப்பார்கள். பள்ளிக்கூடத்தில் தொடர்ந்து படிக்கும் அவர்களை நான் பொறாமையுடன் பார்ப்பேன்.

படிப்பில் நாட்டம்

எப்போதுமே நான் பள்ளிப் படிப்பைத் தொடராமல் போனது பற்றி வருத்தப்படுவது வழக்கம். மெட்ரிக் படித்த பிறகு பி.ஏ.பி.எல். படிக்க ஆசைப்பட்டேன். நான் திடீரென்று என் கணவரிடம் மெட்ரிக் தேர்வு எழுதும் ஆசையைச் சொன்னேன். அவர் என்னை விசித்திரமாகப் பார்த்தார். மெட்ரிக்கா? அது எதுக்கு இப்போ?

என் மகன் பரணியின் டியூஷன் மாஸ்டரை வரவழைத்தேன். மெட்ரிக் தேர்வுக்குப் படிக்க ஆரம்பித்து விட்டேன். 1966ல் ஆந்திரா பல்கலைக்கழகம் வால்டேரில் நடத்திய தேர்வை எழுதினேன்.

தேர்வு என்னவோ சுலபம்தான். ஆனால், இளம் வயது மாணவிகளுக்கு மத்தியில் உட்கார்ந்து தேர்வு பற்றிய அவர்கள் பயங்களையும் கவலைகளையும் பார்த்ததும் பகிர்ந்து கொண்டதும் ஒரு

வித்தியாசமான அனுபவம்.

அந்தத் தேர்வில் நான் நிறைய மதிப்பெண்களுடன் பாஸ் ஆகிவிட்டேன். எல்லோரும் எனக்கு வாழ்த்துச் சொன்னார்கள். என் கணவர் முகத்திலே ஒரு கேலிச் சிரிப்பு. எல்லா ஆண் பிள்ளைகளும் இப்படித்தான் என்று மவுனமாக அவரை நான் முறைத்தேன். 1967ல் பி.யு.சி. பரீட்சை. அதுவும் பாஸ் ஆனேன்.

இந்தத் தேர்வை எழுத நான் விசாகப்பட்டினம் சென்றபோது என் நாத்தனார் மகள் (அவள் தெலுங்கில் எம்.ஏ. முடித்து பிறகு ஒரு கல்லூரியில் உதவிப் பேராசிரியராக இருந்தாள்) "அத்தை இப்ப படிக்கணும்னு ஏன் இவ்வளவு ஆசைப்படுறீங்க? அதுக்கு என்ன அவசியம்?"

நான் சொன்னேன்

"பெண்ணே, சிலர் வேலை தேடுவதற்காகப் படிப்பார்கள். வேறு சிலர் அறிவை அபிவிருத்தி பண்ணிக்கொள்ளப் படிப்பார்கள். வேறு சிலர் ஒரு குறிக்கோளை நிறைவேற்ற படிப்பார்கள். படிப்பதால் கிடைக்கும் மரியாதைதான் பெண்ணுக்கு சாஸ்வதம். இருந்தும் நான் படிக்காமல் விட்டுவிட்டேன். அதுக்காகத்தான் இப்ப படிக்கிறேன்" என்றேன்.

"ஐயம் ப்ரவுட் ஆஃப் யூ அத்தை!" என்றதும் பெருமையில் பூரித்தேன் நான். வியந்துபோய் பானுமதி அம்மாவைப் பார்த்தேன். "ok, we will continue tomorrow" என்று நேர்த்தியான ஆங்கிலத்தில் சொல்லிவிட்டு எழுந்துபோனார் பானுமதி அம்மையார்.

❖❖❖

34. காவேரிக் கரையினிலே...

அன்று என்னைப் பார்த்ததும் பானுமதி வித்தியாசமாகப் புன்னகைத்தார். "இன்னிக்கு உங்கள் ஊருக்குப்போய் வந்ததைச் சொல்லலாம்னு இருக்கேன்!" "எங்கள் ஊரா?" "ஆமாம் சார்! சிதம்பரம், தஞ்சாவூர், ஸ்ரீரங்கம் எல்லாம் உங்கள் ஊர்தானே?"

"அடடே.. எப்போது போனீங்க?"

என் கணவருக்கு ரங்கசுவாமி அய்யங்கார் என்று ஒரு நண்பர் இருந்தார். அவர் சீர்காழியைச் சேர்ந்தவர். பேசிக்கொண்டிருக்கும்போது என்னிடம் கேட்டார்.

"அம்மா சிதம்பரம் போயிருக்கிறீர்களா?"

"போனதில்லையே!".

அவருக்கு ஆச்சரியமாகப் போய்விட்டது.

"என்னம்மா, நீங்க இப்படி கிணற்றுத் தவளையா இருக்கீங்க! வீடு, வீட்டை விட்டால் ஸ்டுடியோ என்று போய்கிட்டிருந்தா எப்படி?"

அவர் சொன்னது சரிதான்.

திருப்பதியை விட்டால் எந்தத் திருத்தலங்களுக்கும் நான் போனது கிடையாது. ஏ.வி.எம்மின் 'அன்னை' படத்துக்காக ராமேஸ்வரம் வரை போனேன். அவ்வளவுதான்.

'சரி போகட்டும். நீ சரின்னு சொல்லு... ரங்கசாமியிடம் சொல்லி தென்னிந்தியாவில் உள்ள கோயில்களைப் பார்த்துவர ஒரு டூர் அரேஞ்ச் பண்ணிடலாம்' என்று என் கணவரும் சொன்னார்.

அதன்படி நாங்கள் போக வேண்டிய புனித ஸ்தலங்களுக்கான புரோகிராம் தயாரித்தோம். சிதம்பரம் நடராஜர் கோவில், வேளாங்கண்ணி மேரிமாதா, நாகூர் தர்கா, தஞ்சாவூர், திருவையாறு இப்படிப் போயிற்று எங்கள் பட்டியல்.

திருவையாறு ஸ்ரீதியாகராஜ சுவாமி சமாதியில் காவேரிக் கரையோரம் உட்கார்ந்தபடி 'பலுகவேமி தெய்வமா, பருவநவ்வேதி நியாயமா?' என்ற அவரது (வரவிக்ரேயம் படத்தில் நான் பாடிய பாடல்) கீர்த்தனையைப் பாடினேன். சூரியன் அஸ்தமன நேரம். காவேரி தங்கம்போல மின்னியது. தலைக்குமேல் நாரைகள் பறந்துபோயின. காற்று காவிரியில் குளித்துவந்து என்மீது மோதியது.

காவேரிக்கும் இசைக்கும் வேறுபாடே கிடையாது. பிரம்மாண்டமான இசையின் பிரவாகமாய் ஓடுகிறாள் காவேரி. காவிரியில் நானும் மூழ்கி மிதப்பதுபோல் ஓர் உணர்வு. என் வாழ்நாளில் மறக்க முடியாத அனுபவம். இந்த உடலைவிட்டு வெளியேறி நானே காவேரியாய் நகர்கிறேன். நானே மேகமாய், அந்திவேளையின் ரகசியமாய், குயிலாய், பிரபஞ்சத்தின் கானமாய்ப் பாடிக்கொண்டிருக்கிறேன்.

'ராணி! ராணி! இருட்டிவிட்டதே போகலாமா?' என்றக் கணவரின் குரல் கேட்டது. கரையோரப் பரிசலில் இருந்துஇறங்கிய ஓடக்காரன்தான் எத்தனை அழகு. இவன்யார்? தியாகையர் போலவே... உடம்பெல்லாம் காவிரியாய் சொட்டச் சொட்ட நடந்துவரும் இவன் கையில் தம்பூராவா? இல்லை! இல்லை! மீன்வலை!

"இங்கேயே இருந்திடலாம்னு தோணுது" "சரியாப் போச்சு. கிளம்பு சீக்கிரம்".

பானுமதி பெருமூச்சு விட்டு நிறுத்தினார்.

"உங்க சொந்த ஊர் எது சார்?" பானுமதி கேட்டார்.

நான் 'திருவிடைமருதூர்' என்றேன்.

"ஆ..! அங்கேகூட போயிருந்தோம்! மகாலிங்கஸ்வாமிதானே? அப்பப்பா..! எவ்வளவு அகலமான தெருக்கள்!" "உங்கள் ஞாபகசக்தி ஆச்சர்யமாக இருக்கிறது" என்றேன்.

சினிமாவுக்கு உடல்நலக் குறைவு

தஞ்சைப் பெரிய கோயில், சரஸ்வதி மஹால் நூலகம் எல்லாம் போனோமே! உங்க கிராமங்களின் விவசாயியும் எங்கள் ஊர் விவசாயி போலவே இருக்கார்! அதாவது தரித்திர நாராயணர்கள்! ஒரு வகையில் பார்த்தா அதுவே நல்லாதான்இருக்கு... கணவனும் மனைவியும் வாத்துக்களை மேய்ச்சுகிட்டு போனாங்க. அவங்க முகத்தில் என்ன ஆனந்தம்!

பிரிட்டிஷ் பிரதமர் சர்ச்சில் காரில் போகும்போது குளத்தோரம் உட்கார்ந்து மீன் பிடிக்கிற ஏழை மீனவனைப் பார்த்துப் பொறாமைப் பட்டாராம் அப்படி இருந்தது என் நிலைமையும்" என்றார். சிரித்தேன்.

"சரி என்கதைக்கு திரும்பறேன்... 'அன்னை' படத்துக்குப் பிறகு 'பத்து மாத பந்தம்' படத்தில் நடித்தேன். இந்தப் படத்தில் ஆங்கிலத்திலும் கர்னாடக இசையிலும் பாட்டுக்கள் பாடியிருப்பேன். குறிப்பிட்டுச் சொல்லவேண்டிய படம். தெலுங்கில் 'மாங்கல்ய பலம்' என்றபெயரில் எடுத்தார்கள். அது சரியாகப் போகவில்லை. பிறகு 'ஸ்வாதி நட்சத்திரம்' போன்ற சில தமிழ்ப் படங்களில் நடித்தேன்.

இந்த சமயத்தில் சர்வதேச மகளிர் தினத்தில் என் எழுத்தாற்றலையும், நடிப்பாற்றலையும் பாராட்டி ஆந்திரப் பல்கலைக்கழகம் எனக்கு கௌரவ டாக்டர் பட்டம் வழங்கியது. 1975 வாக்கில் மனசுக்கு கஷ்டமான சம்பவங்கள் நடந்தன. அப்போது ஸ்டுடியோ உரிமையாளர்கள் பலருக்கும் அவற்றை வைத்து நிர்வகிக்க முடியாத நிலைமை ஏற்பட்டது. சிலர் தங்களின் ஸ்டுடியோக்களை கோடவுன்களாக மாற்றி வாடகைக்கு விட்டனர். நாகிரெட்டியார் ஸ்டுடியோவின் சில தளங்களை இடித்துவிட்டு அங்கு விஜயா மருத்துவமனையைக் கட்டினார்.

ஏ.வி.எம். ஸ்டுடியோவில் பணியாளர்கள் வேலைநிறுத்தம். எங்கள் ஸ்டுடியோவும் லே ஆஃப் அறிவிக்கவேண்டிவந்தது. ஏவி.எம். குடும்பத்தார் தங்கள் பங்களாவை விற்று விட்டு எட்வர்ட் எலியட்ஸ் சாலைக்கு குடிபெயர்ந்து விட்டார்கள்.

அவர்கள் எங்களது நெருங்கிய நண்பர்கள். ஒவ்வொரு வருஷமும் நவராத்திரி தினத்தில் எங்கள் வீட்டில் விமரிசையாக கொலு வைப்போம்.

வீடே கொண்டாட்டமாக இருக்கும். அவர்கள் போனதில் எங்களுக்கு ரொம்பவே மனசு கஷ்டப்பட்டது. மாம்பலம் வீட்டுக்குப் போய்விடலாமா என்று என் கணவர் கேட்டார். "அதன்பிறகு வைத்திராமன் தெருவில் இருந்த எங்கள் மாம்பலம் வீட்டுக்கு வந்துவிட்டோம்" என்று கூறி முடித்தார் பானுமதி.

அன்பின் அடையாளம்

மாம்பலம் வீட்டிலும் பானுமதி அம்மையார் கொலு வைத்து நண்பர்களை அழைப்பார். அவரே பொம்மைகளைத் துடைத்து கொலுப்படிகளில் வைத்து அழகு பார்ப்பார். குழந்தை மாதிரி குதூகலிப்பார். "ஒருமுறை உங்கள் மனைவியையும் குழந்தைகளையும் அழைத்து என் கண்களில் காட்டக் கூடாதா?. நவராத்திரி வைபவத்துக்கு அவர்களை அழைத்து வாருங்கள் ப்ளீஸ்" என்றார்.

எத்தனை பெரிய ஆளுமை! தனது கிரீடத்தைக் கழற்றி வைத்துவிட்டு, என்னிடம் அன்போடு கெஞ்சுகிறார். உடனே சம்மதித்தேன். ஆனால் என் மனைவியால் வரமுடியாமல் போய்விட்டது. அதைத் தவறாக எடுத்துக்கொள்ளாமல் "எப்போது அவருக்கு நேரம் அமைகிறதோ அப்போது அழைத்துவருங்கள்" என்றவர், என் மனைவிக்கு ஒரு பரிசுப் பொட்டலத்தைக் கொடுத்தார்.

"நான் கொடுத்தாக உங்க மனைவிக்கு கொடுங்கள்" என்றார்.

நானும் என் மனைவியும் பரிசுப் பொட்டலத்தைப் பிரித்தோம்.

ஓர் அழகான, புத்தம்புது சுங்கடி புடவை. பொடிக் கட்டங்களில் காபிப் பொடி கலரில் அழகாக மடிக்கப்பட்டு காட்சி தந்தது!

35. விடைபெறுகிறேன்..

பானுமதி எனும் பல்துறை வித்தகி முடிவுரை எழுதத் தொடங்கிவிட்டார். முடிவுரைக்கு வாசகன், அல்லது கதை கேட்பவன் மனம் அமைதியடைகிற முழுமை தேவை. அது அவரது கடைசி பகிர்தலின் ஒவ்வொரு வார்த்தையிலும் படர்ந்திருந்ததை ஒரு சக எழுத்துக்காரனாக அமைதியுடன் கேட்டு, வியந்து கொண்டிருந்தேன்.

விருதும் அரசியல் அழைப்பும்

"சர்வபள்ளி ராதாகிருஷ்ணனின் நூற்றாண்டுக் கொண்டாட்டத்தினை ஒட்டி, அவரைப் பற்றிய ஆவணப்படம் ஒன்றை தூர்தர்ஷன் ஒளிபரப்பியது. அதில், எனக்கு அவர் பத்ம விருது வழங்கும் காட்சியும் இடம்பெற்றிருந்தது. அதைப் பார்த்ததும் அவரிடம் விருது பெற்ற தருணம் நினைவுக்கு வந்துவிட்டது. விருது வழங்கும் நிகழ்ச்சி முடிந்தவுடன் என்னையும் என் தணவரையும் குடியரசுத் தலைவர் மாளிகைக்கு அழைத்து விருந்தளித்தார். அப்போது, 'என் கதைகளை விரும்பிப் படிப்பதாகவும், நான் நடித்த படங்களை ரசித்துப் பார்ப்பதாகவும்' தெரிவித்தார்.

அப்பேர்பட்ட அறிவாளி என் ரசிகராக இருப்பதை அவர் வாயால் சொல்லிக் கேட்டது நான் செய்த பாக்கியம்.

‘சண்டிராணி’ படத்தில் பானுமதி

அன்று அவருக்கு, நானே வ்ரைந்த ஒரு தைல ஓவியம், நீர் வண்ண ஓவியம் இரண்டையும் பரிசாக அளித்தேன். அவற்றைப் பார்த்தவர், ‘உங்கள் திறமைக்கு முன்னால் பத்ம ரொம்ப சின்ன விருது’ என்றார். ‘ஒரு முழுநேர நடிகையாக இருந்துகொண்டு

நடிப்பிலேயே முழுகி விடாமல் ராமகிருஷ்ணாவுக்கு நல்ல மனைவியாகக் குடும்பத்தையும் அழகாக நடத்திக்கொண்டு போகிறீர்கள் எனது பாராட்டுக்கள்' என்றார்.

அடிக்கடி அவர் எனக்குக் கடிதங்கள் எழுதுவார். 'நான் எழுதுவதையும், ஓவியம் தீட்டுவதையும் விட்டுவிடக் கூடாது' என்று அக்கடிதங்களில் வலியுறுத்துவார். பின்னர் 1968ல் ஆந்திராவின் ஓங்கோல் தொகுதியிலிருந்து மக்களவைத் தேர்தலுக்குப் போட்டியிடுமாறு எனக்குக் கடிதம் எழுதினார்.

அப்போது ஆந்திரப் பிரதேச முதலமைச்சராக இருந்த பிரம்மானந்த ரெட்டி, ராதாகிருஷ்ணனின் அபிப்பிராயத்தைத் தான் ஆதரிப்பதாக எனக்குக் கடிதம் எழுதினார்.

என் கணவரோ 'அரசியல் வாழ்க்கையில் இன்று மாலை விழும். நாளை கல்விழும். ஆகவே இது என்னத்துக்கு?' என்று சொல்லி விட்டார். ராதாகிருஷ்ணனுக்கு மிகவும் பணிவுடன் ஒரு கடிதம் எழுதிவிட்டோம். என் வாழ்க்கையெனும் ரதத்தைச் சீரோடும் சிறப்போடும் நேர்வழியில் பள்ளம் குழிகளில் விழுந்துவிடாமல் பத்திரமாகச் செலுத்திவரும் பெருமை ரதத்தின் சாரதியான என் கணவரையே சாரும்.

பாலிவுட்டுக்கு டாட்டா!

பாம்பே டாக்கீஸ் நிறுவனத்தார் பம்பாயில் 'ஷம்ஷீர்' படம் எடுத்தபோது நான் அசோக்குமாருடன் நடித்தேன். 'சாம்சன் அண்டு டிலைலா' என்ற இங்கிலீஷ் படத்தைத் தழுவி எடுக்கப்பட்ட படம். இப்படத்துக்கான பாடல்களை நான் பாடுவதா, லதா மங்கேஷ்கர் பாடுவதா என்று ஆலோசித்ததில் நான் பாடுவது நல்லது என்று முடிவாயிற்று. லதா வந்தார். நான் பாடுவதைக் கேட்டுப் பாராட்டினார். 195253ல் எங்கள் திரைப்பட நிறுவனத்தால் 'சண்டி ராணி' படம் மூன்று மொழிகளில் எடுக்கப்பட்டது.

நான்தான் டைரக்டர். 'ஷம்ஷீர் படத்தைத் தொடர்ந்து இந்திப் பட உலகிலிருந்து எனக்கு அழைப்புகள் வந்தன. இங்கே பரணி ஸ்டுடியோ கட்டும் வேலை நடந்துகொண்டிருந்தது. தமிழ், தெலுங்குப் படங்களிலும் நடிக்க வேண்டி வந்தது. ஆகவே, இந்திப்பட உலகுக்கு டாட்டா சொல்லிவிட்டேன். 1985ல் இசைக் கல்லூரி முதல்வர் பதவி தேடி வந்தது. அதே ஆண்டு வெங்கடேஸ்வரா பல்கலைக்கழகம் எனக்கு டாக்டர் பட்டம் வழங்கிச் சிறப்பித்தது.

இசைக் கல்லூரி முதல்வர் நியமனத்தைத் தொடர்ந்து எம்.ஜி.ஆர். தனது வீட்டுக்கு அழைத்துப் பொன்னாடை போர்த்தினார்.

"அம்மா.. உங்க ரசிகை எம்.பி. ஆகிவிட்டார் தெரியுமோ?" என்றார்.

"யாரைச் சொல்றீங்க மிஸ்டர் எம்.ஜி.ஆர்.?"

"அதாம்மா! அம்மு! ஜெயலலிதா!"

"அடடே! ரொம்பச் சின்னப் பொண்ணாச்சே! எம்.பி. ஆக அரசியல் அனுபவம் நிறைய வேண்டுமே!'

"இரண்டு வருஷம் அம்மு அரசியலில் நல்லா பழகிட்டாங்க... அண்ணாவின் கொள்கைகளை அழகாகப் பேசுவாங்க" என்றார் எம்.ஜி.ஆர். சிரித்தபடி மறக்க முடியாத சம்பவம் இது.

என்னுயிர் பிரிந்தது

கோடி ராமகிருஷ்ணா எடுத்த 'அத்தகாரு ஸ்வாகதம்' படத்தில் நான் நடித்தபோது என் கணவரின் உடல்நிலை மோசமாகிக்கொண்டே வந்தது. ஆகவே, என் வெளி உலக வேலைகளைக் குறைத்துக்கொண்டு அவரைக் கவனிப்பதில் அக்கறை காட்டினேன். அந்தப் படத்தில் விதவைப் பெண்ணாக நடிக்க வேண்டி வந்தது. அப்போது என் மருமகள் அஸ்வினி என் காலில் விழுவதாக ஒரு காட்சி வரும். இக்காட்சியில் காலில் நான் போட்டிருந்த மெட்டி தெரியும். ஆகவே, நான் 'கட் கட்' என்று கத்தினேன்.

திருமணமான பெண்கள் அணிய வேண்டிய மெட்டி விதவையின் காலில் இருக்கலாமா மெட்டியைக் கழற்றி என் மேக்கப் பாக்ஸில் போட்டுவிட்டேன். அந்தப் படம் முடியும்வரை மெட்டியை நான் அணியவில்லை. அதன் பிறகு சில நாட்களிலேயே நிரந்தரமாக அதை அணியும் பாக்கியத்தை இறைவன் என்னிடமிருந்து பறித்துக்கொண்டுவிட்டார். என் கணவர் மறைந்துவிட்டார். என் மகனைப் பார்க்க நாங்கள் அமெரிக்கா சென்றபோது அங்கேயே காலமானார் என் கணவர்.

சென்னை திரும்பினேன். திரை உலக நண்பர்களும், என் ரசிகர்களும் என் துக்கத்தில் பங்கு கொண்டார்கள். அடிக்கடி மயங்கி விழுந்தேன். துன்பத் தீ என்னைச் சூழும்போதெல்லாம்

எரிந்த சாம்பல் குவியலில் இருந்து எழுகிற ஃபீனிக்ஸ் பறவையாய் உயிரோடு மீள்வேன். ஆனால், என் உயிரே போனபிறகு வெறும் சாம்பல் பறவை நான். எரிந்த சிறகுகளுடன் அதனால் பறக்க முடியுமா? இனி அது எங்கு செல்லக் கூடும்?

என் வாழ்வெனும் ரதத்தின் சாரதி இறங்கி மறைந்துவிட்டார். நானும் இறங்கிவிட வேண்டியதுதான். இனியும் ஏன் இந்த இலக்கற்ற பயணம்?

'எந்தப் புத்தகம் எழுதினாலும் அதற்கு முற்றும், சுபம் போட்டு முடித்துவிடலாம். ஆனால், சுயசரிதைக்கு மட்டும் முற்றும் போட முடியாது. அது அவன் கையில் இருக்கிறது.' பானுமதி அம்மையாரின் குரல் தழுதழுத்தது.

நான் விடைபெறும் முன்பு சொன்னார். "பேட்டி எடுக்கும் வேலை முடிந்துவிட்டதே என்று என்னைச் சந்திக்க வராமல் இருந்து விடாதீர்கள்!" என்றார். அதில் ஒரு பாசமிகு தாய்மையின் செல்ல அதட்டல் ஒளிந்திருந்தது.

ஒருநாள் பானுமதி அம்மையார் மறைந்துவிட்டார் என்ற செய்தி என்னைச் சேர்ந்தபோது, நான் சென்னையிலிருந்து வெகுதூரத்தில் இருந்தேன். என்னையும் அறியாமல் கண்கள் கலங்கின. ஆனால் அடுத்த சில நிமிடங்களில் மனம் ஆறுதலை உணர்ந்தது. மகத்தான கலைஞர்கள் நம் மனதிலிருந்து என்றைக்கும் மறைவதில்லை. மரணம் அவர்களிடம் தோற்றுவிடுகிறது.

With best Compliment
from
P. Bhanumathi Ramakrishna

❖❖❖